ലിപ്ടൺ

Bodhi Books
Nedumpana PO, Kannanalloor
Kollam - 691576, Kerala, India
E-mail: bodhibooks03@gmail.com
Tel: +91 9447304886

LIPTON
By Ajeesh Karukayil
Stories / Malayalam

First Published: June, 2024

Typesetting: Bodhi Books
Cover & Book Design:
Chembarathi Creatives

ISBN: 978-81-19770-13-7

Price **Rs. 150**
Production No. BB-174-1-50-06-24

Printed and bound in India by
Repro Mumbai

ലിപ്ടൺ

കഥകൾ

അജീഷ് കറുകയിൽ

ബോധി ബുക്സ്
കൊല്ലം - 691 576

അജീഷ് മാത്യു കറുകയിൽ

ആലപ്പുഴ കറുകയിൽ വാർഡിൽ കെ.ടി മാത്യു, ഫിലോമിനാ മാത്യു ദമ്പതികളുടെ മകനായി 1979 മെയ് 26 ന ജനനം. സെന്റ് മൈക്കിൾസ് ഹൈസ്‌കൂൾ തത്തംപള്ളി, എസ്.ഡി കോളേജ് ആലപ്പുഴ എന്നിവടങ്ങളിൽ വിദ്യാഭ്യാസം. ബിസിനസ്സ് നിയമത്തിൽ ബിരുദധാരി.

പുസ്തകം: നിലയ്ക്കുന്നില്ല ഞാൻ (നോവൽ, 2023)

പുരസ്കാരം: മെഹ്ഫിൽ കഥാ പുരസ്കാരം (2020)

അക്ഷരതൂലികാ പുരസ്കാരം(2017)

ഭാര്യ: ജോമോൾ ജോയ് അജീഷ്

മക്കൾ: അലീന അജീഷ്, ആബേൽ അജീഷ്, ആഞ്ജലീനാ അജീഷ്

വിലാസം: കറുകയിൽ ഹൗസ്, അവലൂക്കുന്ന പി.ഒ., ആലപ്പുഴ - 688006.

ഫോൺ : 62357552366

പ്രസാധകക്കുറിപ്പ്

കഥയെന്നതിന് ജീവിതം എന്നുകൂടി അർത്ഥമുണ്ട്. 'അവന്റെ കഥ കഴിഞ്ഞു, അറിഞ്ഞോ അവളുടെ കഥവല്ലതും, അവരുടെ കഥയെന്തായി' തുടങ്ങിയ വാമൊഴികളിൽ കഥയായി തുടിച്ചുനിൽക്കുന്നതത്രയും ജീവിതങ്ങൾ തന്നെയാണ്. വായനക്കാരുടെ കൈകളിലുള്ള ലിപുൺ എന്ന ഈ പുസ്തകത്തിലൂടെ കടന്നുപോകുമ്പോൾ ഓരോ മനുഷ്യരും ഒരായിരം കഥാനുഭവങ്ങളുടെ കലവറകളാണെന്ന തിരിച്ചറിവിലേക്കാണ് നാം ഉണരുന്നതെന്നു പറയാതെവയ്യ. ദുരൂഹതകളില്ലാത്ത ആഖ്യാനങ്ങളിലൂടെ അനുവാചകന്റെ ഹൃദയവുമായി നേരിട്ടു സംവദിക്കുന്ന ഈ കഥകൾ, അഭിമാനത്തോടെ ബോധി ബുക്സ് കൈരളിക്കു സമർപ്പിക്കുന്നു.

ആമുഖം

മരുഭൂമി ഊഷരതയുടേതാണെങ്കിൽ, പ്രവാസം കഥകളുടെ ഉർവ്വര ഭൂമിയായിരുന്നു. അതിജീവനത്തിനായി കുടിയേറിയ വ്യത്യസ്ത മനുഷ്യരുടെ വ്യഥകൾ ചുറ്റിലും നിറയുന്ന ഭൂമികയിൽ നിന്നും കഥകൾ തിരയുക എന്നത് എന്നെ സംബന്ധിച്ചടുത്തോളം ആയാസരഹിതമായ ഒന്നായിരുന്നു. ഗാഥാ ബിൽഡിങ് കോൺട്രാക്ടിങ് കമ്പനിയിലെ പി.ആർ.ഓ ജോലി അതിനെന്നെ അകമഴിഞ്ഞു സഹായിച്ചു. നൂറിലധികം നാടുകളിൽ നിന്നെത്തിയവരുടെ നൂറായിരം കഥകൾക്ക് കണ്ണും കാതും തുറന്നു. ഭാവനയുടെ മൂശയിൽ അവയെ ഞാൻ പരുവപ്പെടുത്തിയിട്ടു.

കണ്ട, കേട്ട, തൊട്ടറിഞ്ഞ ഓരോ മനുഷ്യരിലും ഒരു കഥ ഞാൻ കുറിച്ചിട്ടു. ആദ്യമത് എന്റെ ടൊയോട്ടാ യാരിസിന്റെ ഡാഷ് ബോർഡിൽ സൂക്ഷിച്ചിരുന്ന പലവക ബുക്കിൽ ആയിരുന്നു. പിന്നീടത് ഫേസ്ബുക്കിലേക്കായി. ആ വലിയ കാൻവാസിൽ വന്നപ്പോൾ, എഴുതുന്നത് വായിക്കുന്നവരുണ്ടെന്ന അറിവ് എന്റെ എഴുത്തിനു ഊർജ്ജം പകർന്നു.

ഫേസ്ബുക്കും കടന്ന്, ഈ അനുഭവങ്ങളും കഥകളും ആനുകാലികങ്ങളിൽ ഇടം നേടിയപ്പോൾ ഞാൻ കൂടുതൽ ഉത്സുകനും കർമ്മ നിരതനുമായി. മംഗളം വാരികയിലേക്ക് പ്രസിദ്ധീകരണത്തിനായി ഞാനയച്ച കഥയോ ജീവിതാനുഭവമോ അച്ചടിമഷിപുരണ്ടെത്താതെ നാളുകൾ നീണ്ടപ്പോൾ ഞാൻ ഖിന്നനായി എന്നതു നേര്. അങ്ങനെയിരിക്കെ, എന്റെ ഗൾഫിലെ നമ്പറിലേക്ക്, തികച്ചും അപ്രതീക്ഷിതമായി, നാട്ടിൽ നിന്നും ഒരു കോൾ എത്തി. 'ഞാൻ പി. ഒ മോഹനാണ്, മംഗളത്തിന്റെ ചീഫ് എഡിറ്റർ. നിങ്ങൾ അയച്ച കഥ കിട്ടി. അടുത്ത ആഴ്ച പ്രസിദ്ധീകരിക്കും'.

കഥയെപ്പറ്റി വാചാലനായ മോഹൻ സാറിന്റെ വാക്കുകളുടെ ഇരമ്പം ഇപ്പോഴുമെന്റെ കാതിലുണ്ട്. 'വേണുവേട്ടന്റെ മകൻ' എന്ന കഥയിൽ തുടങ്ങി നാല്പത്തി അഞ്ചു ലക്കം മംഗളം വാരിക എന്റെ കഥകൾക്കിടം നൽകി. മംഗളം വാരിക പ്രസിദ്ധീകരിച്ച പ്രവാസ കഥകളിൽ നിന്നും തിരഞ്ഞെടുത്ത മുപ്പത്തി മൂന്നു കഥകളാണ് ഈ പുസ്തകത്തിൽ ഇടം നേടിയിരിക്കുന്നത്.

കഥകൾ എന്നതിനേക്കാൾ, ജീവിതത്തിന്റെ ചൂളയിൽ പാകപ്പെടുന്ന അനുഭവങ്ങളുടെ വിവരണങ്ങളാണ് മുപ്പത്തിരണ്ടു വരെയുള്ള അദ്ധ്യായങ്ങൾ.

ലിപ്ടൺ എന്ന ഈ പ്രവാസ പ്രയാണം പുസ്തകരൂപമെടുക്കുമ്പോൾ,

ഒരു മനുഷ്യന്റെ മുഖം മാത്രമാണ് എന്റെ ഹൃദയഭിത്തിയിൽ മരുക്കാറ്റ കോറുന്ന മണൽ ചിത്രം പോലെ അടിച്ചു കയറുന്നത്. എന്നിലെ എഴുത്തുകാരനെ തിരിച്ചറിഞ്ഞ മംഗളം വാരികയുടെ ചീഫ് എഡിറ്റർ പി.ഒ മോഹൻ എന്ന മനുഷ്യസ്നേഹിയുടെ മുഖമാണത്.

അജീഷ് കറുകയിൽ

പ്രവാസത്തിന്റെ പ്രഭാതവും പ്രദോഷവും

ഓരോ പ്രഭാതവും പ്രദോഷവും പ്രയാസത്തിന്റെ വഴികളിലൂടെ സഞ്ചരിക്കുന്നവരാണ് സാധാരണ പ്രവാസികൾ. വ്യക്തമായി പറഞ്ഞാൽ, ഗൾഫ് നാട്ടുകളിൽ പണിയെടുക്കുന്ന സാധാരണക്കാർ. പ്രയാസം എന്നുദ്ദേശിച്ചത് അവരുടെ മനസ്സിന്റെ നൊമ്പരത്തെ സാക്ഷി നിർത്തയാണ്. മരുഭൂമിയുടെ ഉയിരെടുക്കുന്ന ഉഷ്ണത്തിലും അവർ സ്വന്തം നാട്ടും നാട്ടുപച്ചയും സ്വപ്നം കണ്ട്, ഒന്നോ രണ്ടോ വർഷത്തിൽ ലഭിക്കുന്ന അവധിയും പ്രിയപെട്ടവരുടെ സാമീപ്യവും ഹൃദയത്തിൽ നിറച്ച് ജീവിക്കുന്നു. കത്തുകളിൽ നിന്നും ഫോൺ വിളികളിൽ നിന്നും ഇപ്പോൾ വിഡിയോ കാളുകളിലേക്ക് പുരോഗമനം ഉണ്ടായെങ്കിലും മൂന്നുതലമുറകളോളം മലയാളിയുടെ പ്രവാസം ഈ ഭൂമികയിൽ പിന്നിട്ടുവെങ്കിലും അനുഭവിക്കുന്ന വിരഹവും വികാരവും അന്നും ഇന്നും ഒന്നുതന്നെ. സ്വന്തം ദേശത്തെ ഉത്സവങ്ങളും പള്ളിപ്പെരുനാളുകളും മറ്റ് ആഘോഷങ്ങളും ഒക്കെ അക്കരപ്പച്ചയായി അവനിൽ തുടിച്ചുകൊണ്ടേയിരിക്കുന്നു.

പ്രവാസിയുടെ ഉയിരും ഉണർവ്വും വരയുവാൻ മലയാളത്തിൽ ഒട്ടേറെ എഴുത്തുകാർ മുന്നോട്ട് വന്നിട്ടുണ്ട്. പ്രവാസസാഹിത്യം എന്ന ലേബലിൽ പ്രവാസികൾ എഴുതിയതൊക്കെ നാല് ചുമരിനുള്ളിൽ തളച്ചിടുവാനും ശ്രമം ആവോളം നടന്നിട്ടുണ്ട്. ഇന്നും അത് തുടരുകയും ചെയ്യുന്നു. എന്നാൽ അവന്റെ വേദനയുടെയും വേവുകളുടെയും ആഴം, എല്ലാ അതിർവരമ്പുകളും ചാടിക്കടക്കുന്നു എന്നതാണ് സത്യം. വാക്കുകൾ വാളുകളായും വികാരവിക്ഷോഭങ്ങൾ പുറത്തേക്ക് പ്രവഹിക്കുന്ന വാതായനങ്ങളായും പ്രവാസത്തിലെ എഴുത്തുകൾ പുതിയ മേച്ചിൽപ്പുറങ്ങൾ തേടുന്ന കാലം കൂടിയാണിത്. ഇവിടെയാണ് അജീഷ് കറുകയിലിനെപ്പോലെയുള്ള എഴുത്തുകാരുടെ കഥകളുടെയും അനുഭവക്കുറിപ്പുകളുടെയും പ്രസക്തി.

അജീഷിനെ കൂടുതൽ വായിച്ചു തുടങ്ങിയത് മംഗളം വാരികയിൽ തുടർച്ചയായി വന്ന പ്രവാസ കഥകളിലൂടെയെയാണ്. ഓരോ കഥയിലും വ്യ

ത്യസ്തമായ ജീവിതങ്ങൾ ഞാൻ കണ്ടു. ലളിതവും സുന്ദരവും ആവർത്തന വിരസത തീരെ ഇല്ലാത്തതുമായ എഴുത്തുകൾ ഓരോന്നും ഒറ്റയിരുപ്പിന് വായിച്ചു തീർക്കാവുന്നവ. വായിച്ചു കഴിഞ്ഞാലും അവയുടെ ആഴവും പരപ്പും ഉള്ളിൽ തിങ്ങിത്തിങ്ങി നിൽക്കുന്നു എന്നതാണ് ഓരോ കഥയുടെയും സൗന്ദര്യം. പലവട്ടം വെട്ടിത്തിരുത്തി കതിരും പതിരും വേർതിരിച്ചവയാണ് ഈ കഥകൾ ഒക്കെയും. പലതും നമ്മുടെ ജീവിതത്തിലും സംഭവിച്ചതാണല്ലോ എന്ന ചിന്ത വായന കഴിഞ്ഞും മനസ്സിലൂടെ ഇഴഞ്ഞു നടക്കുന്നു എന്നത് എടുത്തുപറയേണ്ട ഒന്നാണ്.

പ്രവാസത്തിൽ താൻ കണ്ടതും അറിഞ്ഞതുമായ ഈ കഥകൾ ഓരോന്നും വായനക്കാർക്ക് വ്യത്യസ്തമായ അനുഭവം പകരും എന്നതിൽ എനിക്ക് ലവലേശം സംശയമില്ല. നീണ്ടുവളഞ്ഞു പോകാതെ നേരെ കഥ പറഞ്ഞു പോകുന്ന അജീഷിന്റെ എഴുത്തുരീതി എന്തുകൊണ്ടും പ്രശംസനീയമാണ്. അതൊരു സാധ്യതകൂടിയാണ് എന്നുകൂടി പറഞ്ഞുവയ്ക്കുട്ടെ.

പ്രവാസം വിട്ടു നാട്ടിലേക്ക് ചേക്കേറിയെങ്കിലും ഇന്നും അജീഷിൽ പ്രവാസത്തിന്റെ ചൂടും ചൂരും ഞാനറിയുന്നു. അത് മലയാള സാഹിത്യത്തിലേക്കു നിറഞ്ഞു ചരിയുന്ന വാക്കുകളുടെ നിറകുടമായി മാറുകയാണ്, ലിപ്പൂൺ എന്ന ഈ പുസ്തകം സാക്ഷാത്കരിക്കുന്നതിലൂടെ. വായനക്കാർ ഈ കഥകളെ രണ്ടുകയ്യും നീട്ടി സ്വീകരിക്കുമെന്ന് എനിക്കുറപ്പുണ്ട്. കാരണം, ലോകത്ത് എവിടെയാണെങ്കിലും മനുഷ്യജീവിതവും വികാരങ്ങളും ഒന്നുതന്നെയാണ്. കരയുകയും ചിരിക്കുകയും ചിന്തിക്കുകയും പുണരുകയും ഒക്കെ കാലദേശ വ്യത്യാസമില്ലാതെ ഒന്നായി അവനിൽ കൂടികൊള്ളുന്നു.

അജീഷ് കറുകയിലിന്റെ 'ലിപ്പൂൺ' എന്ന പുസ്തകത്തിന് എല്ലാവിധ ആശംസകളും.

സ്നേഹത്തോടെ,

ജോയ് ഡാനിയേൽ,
ദുബായ്

കഥകളിലൂടെ

വേണ്വേട്ടന്റെ മകൻ

സർ ഞാൻ പറഞ്ഞ കാര്യം വല്ലതും നടക്കുമോ? അവന്റെ നാട്ടിലെ കൂട്ടുത്ര ശരിയല്ല സർ. എങ്ങോട്ടെങ്കിലും നാട് കടത്തിയില്ലെങ്കിൽ അവൻ ഏതെങ്കിലും കുരുക്കിൽ ചെന്നു ചാടും. അതിനു പിന്നാലെയും ഞാൻ തൂങ്ങേണ്ടി വരും.

പതിനെട്ടു കഴിഞ്ഞ മകനെയോർത്തു വേവലാതിപ്പെടുന്ന വേണുവേട്ടൻ ഇരുപതു കൊല്ലമായി ഞങ്ങളുടെ വേണ്ടപ്പെട്ട തൊഴിലാളിയാണ്.

അവൻ പഠിക്കട്ടെ വേണുച്ചേട്ടാ ? വേണുച്ചേട്ടൻ കഷ്ടപ്പെട്ടും പോലെ ഇപ്പോഴത്തെ കുട്ടികൾ കഷ്ടപ്പെടാനൊന്നും തയ്യാറാകില്ല. നമുക്കൊരു രണ്ടോ മൂന്നോ കൊല്ലം കഴിഞ്ഞു ഇവിടെ ഈ ഓഫീസിൽ തന്നെ കൊണ്ടുവരാം. വേണുച്ചേട്ടനു അവന്റെ കീഴിൽ പണിയെടുത്തിട്ടു നാട്ടിലേക്കു പോകുകയും ചെയ്യാം. എന്നെ വിശ്വാസമില്ലേ !

ഓൻ പഠിക്കൂല്ല സാറെ, ദിപ്പോ ബൈക്കു വേണമെന്നു പറഞ്ഞു തള്ളയെ ഇരുത്തി പൊറുപ്പിക്കുന്നില്ലത്രേ !

വേണുച്ചേട്ടൻ വീണ്ടും വീണ്ടും എന്തോ പിറുപിറുത്തു കൊണ്ടു മുന്നോട്ടു പോയി. അഞ്ചു കൊല്ലത്തെ കാത്തിരിപ്പിനു ശേഷം നേർച്ചകളും കാഴ്ചകളും വെച്ചു ഒരു കൊല്ലം അവധിയാക്കി നാട്ടിൽ പോയി നിന്ന ശേഷം ഉണ്ടായ മകനാണത്. ഊണിലും ഉറക്കത്തിലും എന്നു വേണ്ട എപ്പോഴും അയാൾക്കവനെയോർത്തു വേവലാതിയാണ്. ലോകത്തിലെ എല്ലാ അപ്പന്മാരും ഇങ്ങനെത്തന്നെ ആകണം അവരുടെ ഹൃദയം നൽകിയാണ് മക്കളെ പോറ്റുന്നത്. കഴിഞ്ഞ രണ്ടു ദശകങ്ങൾക്കപ്പുറം വേണുച്ചേട്ടൻ ഞങ്ങളുടെ കൂടെയുണ്ട് ഒരു രൂപ പോലും അയാൾ അനാവശ്യമായി ചിലവഴിക്കില്ല ഒരു മൊബൈൽ പോലും ഈയുള്ള കാലം വരെ അയാൾ വാങ്ങിയിട്ടില്ല. എല്ലാ ശമ്പളത്തിലും മകനൊരു പുതിയ കുപ്പായം അയാളുടെ നിർബന്ധമാണ്. നാട്ടിൽ പോകുമ്പോൾ ഇരുപതോ ഇരുപത്തഞ്ചോ ജോഡി കുപ്പായങ്ങൾ അവനു വേണ്ടി അയാൾ കട്ടിലിനു കീഴെയുള്ള കടലാസു പെട്ടിയിലയാൾ ശേഖരിച്ചിട്ടുണ്ടാവും. മകന്റെ വളർച്ച അയാൾക്കു മനക്കണ്ണിൽ കാണാൻ കഴിയുമെന്നു തോന്നുമാറ് അവനു പാകമാകാത്ത ഒന്നും അയാൾ തിരഞ്ഞെടുത്തിരുന്നതേയില്ല. അയാൾ പറയുന്ന

തനുസരിച്ച അയാളുടെ മകനൊരു വിസ കൊടുക്കുന്നതിൽ കമ്പനിക്കു യാതൊരു സങ്കോചവും ഇല്ല പക്ഷെ ആ കുഞ്ഞിനോട് ചെയ്യുന്ന ഏറ്റവും വലിയ അനീതിയാവും അതെന്നെന്റെ മനസ്സ് പറയുന്നു. അവന്റെ പ്രായത്തിൽ ഈ മരുഭൂമിയിൽ എത്തപെട്ടവനാണ് ഞാൻ. ഞാൻ കടന്നു വന്ന കഷ്ടതകൾ വേണുവേട്ടന്റെ തൽക്കാല അപ്രീതിക്കു പാത്രമായിട്ടും ആ ഉദ്യമത്തിൽ നിന്നെന്നെ പിൻ തിരിപ്പിക്കുന്നു.

എല്ലാ കാര്യങ്ങൾക്കും അതിന്റേതായ സമയമുണ്ട്, യോജിച്ച സമയം സമാഗതമാവുമ്പോൾ അനുകൂല തീരുമാനം ഉണ്ടാകും. വെയിലിനും വെയിലിനും ഇടയിൽ ഒട്ടകപ്പുറത്തേറിയുള്ള ജീവിത യാത്ര തുടർന്നു കൊണ്ടേയിരിക്കുന്നു. രാവിലെ ഉണർന്നു വൈകിട്ടു തളർന്നുറങ്ങുന്ന മനുഷ്യ യന്ത്രങ്ങളുടെ സ്വപ്നങ്ങൾക്കു മാത്രമാണ് ഏഴു നിറങ്ങളുള്ളത്. ഉറക്കത്തിലും ഉണർന്നിരിക്കുമ്പോഴും അവരതു കണ്ടു അതിനു പിന്നാലെ പായുന്നു. മരുഭൂമിയുടെ ഊഷരതയിൽ നിന്നും ഉർവരതയിലേക്കെന്ന പോലെ അതു സഞ്ചരിച്ചു കൊണ്ടേയിരിക്കുന്നു.

ഓഫീസിലെത്തിയ അപരിചിതൻ ശ്യാമെന്നു സ്വയം പരിചയപ്പെടുത്തിയ യുവാവ് ആ വാർത്ത ഒരടക്കം പോലെ എന്നോടു പറഞ്ഞു.

സാർ ഞാൻ വേണുവേട്ടന്റെ അയൽവാസിയാണ് അയാളുടെ മകൻ ഒരു ബൈക്കപകടത്തിൽ...

അതറിയിക്കാതെ അയാളെ നാട്ടിലെത്തിക്കണം, സാർ സഹായിക്കണം.

ചില തീരുമാനങ്ങൾ ദൈവത്തിന്റേതാണ്, അവനിഷ്ടമുള്ള പൂക്കളെ അവൻ ആദ്യം പറിക്കുന്നു അയാൾ ഇതറിയുമ്പോൾ..

വേണുവേട്ടാ, നിങ്ങളുടെ ഭാര്യയ്ക്കൊരു നെഞ്ചു വേദന ആശുപത്രിയിലാണ്, നിങ്ങളെ കാണണമെന്ന് പറയുന്നു വേഗം ഒരുങ്ങു നമുക്കു എയർപോർട്ടിൽ പോകാം.

ഞാൻ പറഞ്ഞില്ലേ സാർ, അവൾക്കും ആധി അവനെയോർത്താണ്, ഇനിയും സാർ അവന്റെ കാര്യത്തിൽ നോ പറയരുത് !!!!

അയാളൊരുങ്ങി മകനു വാങ്ങിയിരുന്ന കുപ്പായങ്ങളെല്ലാം പെട്ടിയിലാക്കി പുറത്തേയ്ക്കു വന്നു,

സാർ എനിക്കവനെ വിളിച്ചൊന്നു അന്വേഷിക്കണം ആ ഫോണിൽ ഞാനൊന്ന് വിളിച്ചോട്ടെ !

നമ്പർ പറയൂ ഞാൻ ഡയല് ചെയ്തു തരാം ! അവശ്യ ഘട്ടങ്ങളിൽ ഉപയോഗിക്കേണ്ട പ്രായോഗീക ബുദ്ധിയിൽ ഞാനൊരു കളവു പറഞ്ഞു. അയാൾ നിരാശനായി തല കുനിച്ചു എയർ പോർട്ടിനുള്ളിലേയ്ക്കു നടന്നു കയറി. ഗേറ്റിനുള്ളിൽ കയറിപ്പോയ അയാൾ തിരികെ ഇറങ്ങി എന്റെ അടുക്കൽ വന്നു ഹാൻഡ്ബാഗിനുള്ളിൽ നിന്നും അവന്റെ പാസ്പോർട്ട്

കോപ്പി എടുത്തെന്റെ നേരെ നീട്ടി

സാർ ഞാൻ മടങ്ങി വരുന്നത് അവനുമായിട്ടാവണം !!!

എന്റെ രണ്ടു കൈകളും അയാളുടെ ചുമലിൽ വെച്ച ഞാൻ തല കുലുക്കി.

അയാളെ വഹിക്കുന്ന വിമാനം നാലു മണിക്കൂർ കൊണ്ടു കൊച്ചിയിലെത്തും ഒരു മണിക്കൂർ കൂടി കഴിഞ്ഞാൽ വീട്ടിലും. അവിടെയയാളെ കാത്തിരിക്കുന്ന വാർത്ത അയാളെങ്ങനെയാവും നേരിടുക. പാർക്കിങ്ങിലെ വണ്ടിയിൽ കയറി സ്റ്റിയറിങ്ങിൽ തൊട്ടതും എന്റെ കൈകൾ തുള്ളൽക്കാരന്റെ ധൃതിയിൽ വിറച്ച കൊണ്ടേയിരുന്നു...

വെറോണിക്ക മരിക്കാൻ തീരുമാനിക്കുന്നു

വെറോണിക്ക മരിക്കാൻ തീരുമാനിച്ച വിവരം അറിഞ്ഞതു മുതൽ മുരളി അസ്വസ്ഥനായിരുന്നു. ഒരേ വെപ്രാളം ഒരിടത്തിരിക്കാനോ നിൽക്കാനോ കഴിയാത്തത്ര എരിപിരി സഞ്ചാരം. മരിച്ചാൽ അവളുറപ്പായും തന്റെ പേരെഴുതി വെയ്ക്കുമെന്നും താൻ കുടുങ്ങുമെന്നും അയാൾ നന്നേ ഭയപ്പെട്ടിരുന്നു. നാട്ടിലെ ആഢ്യത്വമുള്ള നായർ തറവാട്ടിലേയ്ക്കു ഒരു ഫിലിപ്പീനി യുവതിയുമായി കയറി ചെല്ലുന്നതിനെക്കുറിച്ചു അയാൾക്കു ചിന്തിക്കുന്നതു പോലും അസാധ്യമായിരുന്നു. പിന്നെ എന്തിനാണ് ഒരു പെണ്ണിനു മോഹം കൊടുത്തത്, കഴിഞ്ഞ ആറു മാസം ഭാര്യയെപ്പോലെ കൂടെ താമസിപ്പിച്ചത് ? എന്റെ ചോദ്യങ്ങൾക്ക് അവനുത്തരമുണ്ടായിരുന്നില്ല. ചെറുപ്പത്തിന്റെ ചോരത്തിളപ്പ്, ആരും നിയന്ത്രിക്കാനില്ലെന്ന ധാരണ, ആരെങ്കിലും കണ്ണിറുക്കിയാൽ ഭക്ഷണത്തിനും സുഖത്തിനും പിന്നാലെ പായുന്നവരാണ് ഇവറ്റകളെന്ന മിഥ്യാ ധാരണ.

ലോകത്തെല്ലായിടത്തും സ്ത്രീകൾ ഒന്നു പോലെയാണ്, സ്നേഹിക്കുന്ന പുരുഷനെ നേടാൻ ഏതറ്റം വരെയും പോകുന്നവർ ആ തണലിൽ ജീവിതകാലം മുഴുവൻ ഉണ്ടുറങ്ങി കഴിയാൻ കൊതിക്കുന്നവർ. ഭാഷയുടെ ദേശത്തിന്റെ അതിർവരമ്പുകൾ മാറുമ്പോൾ അവളുടെ ചാപല്യങ്ങൾ മാറുമെന്നു നിനച്ച നീ വിഡ്ഢിയാണ്.

ഈ ലോകത്തിലെ ഏറ്റവും വലിയ വിഡ്ഢി, ഇനി തീരുമാനമെടുക്കേണ്ടതു നീയാണ്, ഒന്നുകിൽ അവളുടെ മരണത്തിനുത്തരവാദിയായി ജയിലിൽ പോവുക. അല്ലെങ്കിൽ അവളെ ജീവിത സഖിയാക്കി ജീവിതം

ജീവിച്ചു തീർക്കുക. എന്റെ വാക്കുകൾക്കു കാഠിന്യം കൂടിയെന്നു തോന്നിപ്പിച്ചു കൊണ്ടവൻ ഒരു കൊച്ചു കുഞ്ഞിനെപ്പോലെ പൊട്ടിക്കരഞ്ഞു. ഇരുപത്തി അഞ്ചാമത്തെ വയസ്സിൽ വീട്ടിൽ തനിക്കു താഴെ രണ്ടു പെൺകുട്ടികൾ പെര നറഞ്ഞു നിൽക്കുമ്പോൾ ഒരിക്കലും കൂട്ടി യോജിക്കാത്ത കണ്ണിയുമായി തറവാടിന്റെ പടി ചവിട്ടുന്നതിലുള്ള വൈക്ലബ്യം അവൻ എന്റെ മുന്നിൽ നിന്നും കരഞ്ഞു തീർത്തു.

ആരെങ്കിലും ഒരാൾ മരിക്കും ഒന്നുകിൽ വെറോണിക്ക അല്ലെങ്കിൽ മുരളി രണ്ടിലേതെങ്കിലും ഒന്നു തിരഞ്ഞെടുക്കാനുള്ള അവസരം വന്നപ്പോൾ ഞാൻ സുഹൃത്തും അയൽവാസിയുമായ മുരളിയെ തിരഞ്ഞെടുക്കാൻ തന്നെ തീരുമാനിച്ചു. ഞാൻ വെറോണിക്കയോട് സംസാരിക്കാം പക്ഷെ.. എന്റെ പക്ഷെ എന്റെ വീട്ടിൽ വളരുന്ന രണ്ടു പെൺകുഞ്ഞുങ്ങളെപ്രതിയായിരുന്നു. വെറോണിക്ക വെറുമൊരു ഫിലിപൈനി സ്ത്രീ മാത്രമല്ല തന്നെ വിവാഹം കഴിക്കുമെന്നു പ്രതീക്ഷിച്ച പുരുഷനു ഒരു സ്ത്രീയ്ക്കുള്ള സകലതും സമർപ്പിച്ചവൾ കൂടിയാണ്.

മക് ഡൊണാൾഡ്സിലെ ആവി പാറുന്ന ബ്രഞ്ചിനു മുന്നിലിരുന്നു ഞാൻ വെറോണിക്കയോട് കാര്യങ്ങൾ വിശദീകരിച്ചു.

വെറോണിക്ക ഹി ഈസ് ഇൻ എ ബിഗ് ട്രബിൾ, ഡോണ്ട് പുട്ട് ഹിം ഇൻ മോർ ട്രബിൾ.

തിളച്ചു പൊള്ളുന്ന ചിക്കൻ സൂപ്പിന്റെ കോപ്പ അവൾ കൈയ്യിലെടുത്തപ്പോൾ ഞാൻ ഒന്നു നടുങ്ങി. എന്റെ മുഖം നോക്കി ആ കോപ്പയിലെ ദ്രാവകം അവളൊഴിക്കുമോയെന്നു ഞാൻ ഭയപ്പെട്ടു. ചൂടു സൂപ്പവൾ ഒറ്റവലിക്കു കുടിച്ചിട്ടു എന്നെ നോക്കി ചിറി കോട്ടി ചിരിച്ചു.

മുന്നിലിരുന്ന ചിക്കന്റെ പൃഷ്ട്ട ഭാഗം അറുത്തെടുത്തു എനിക്കു നേരെ നീട്ടി അവൾ താഗലുവിൽ (ഫിലിപൈനി ഭാഷ) എന്തോ പറഞ്ഞിട്ടു എഴുന്നേറ്റു മുന്നോട്ടു നടന്നു.

പിന്നീടവൾ മുരളിയെ വിളിച്ചില്ല, അവളുടെ റൂം ഉപേക്ഷിച്ചവൾ എങ്ങോട്ടോ പോയി, കുറച്ചു നാളുകൾക്കു ശേഷം മുരളി കമ്പനി ജോലി മതിയാക്കി നാട്ടിൽ പോയി. വെറോണിക്കയും മുരളിയും എന്റെ ഓർമ്മയുടെ ചിത്രങ്ങളിൽ നിന്നേ മാഞ്ഞു പോയി.

പുതിയ ഓർഡർ ബൾക്കാണ് അതു ഡീൽ ആയാൽ ഈ വർഷത്തെ എന്റെ ടാർജറ്റ് അതോടെ കഴിയും. സ്കോട്ട്ലൻഡുകാരൻ ഒരു സായിപ്പാണ് കമ്പനി ഉടമ ഇംഗ്ളീഷുകാരെ ചാക്കിടാനുള്ള ചെപ്പടി വിദ്യയൊക്കെ എന്റെ കൈയ്യിൽ ഉണ്ട്. കൃത്യ നിഷ്ട്ട ഇംഗ്ളീഷുകാരുടെ ബലഹീനതയാണ് അപ്പോയ്ന്റ്മെന്റ് കിട്ടിയ സമയത്തിനു മുൻപേ ഞാൻ ആ ഓഫീസിന്റെ റിസപ്ഷനിൽ ഊഴം കാത്തിരുന്നു. സമയമെത്തി എനിക്കുള്ള വിളി വന്നു ഞാൻ അകത്തേയ്ക്കെടുത്ത കാൽ പെട്ടന്നു തന്നെ പിന്നോട്ടു വലിച്ചു എം ഡി യുടെ കസേരയിൽ പഴയ "വെറോണിക്ക "

കം, കം, ജന്റിൽ മാൻ അവരെന്നെ ആ പഴയ പുശ്ച ചിരിയോടെ അകത്തേയ്ക്കു ക്ഷണിച്ചു. മുരളിയിൽ നിന്നും ബ്രെക്ക് അപ്പ് ആയതിനു ശേഷം വെറോണിക്കയുടെ ജീവിതം വലിയ ഭാഗ്യ നിർഭാഗ്യങ്ങളിലൂടെ കടന്നു പോയി ആദ്യം കുറെ നാൾ ഫിലിപ്പീനിൽ തന്നെ നിന്നും. രണ്ടാ

മത്തെ വരവിൽ ഒരു ഇംഗ്ലീഷ് കമ്പനിയുടെ സി ഈ ഓ യുടെ സെക്രെട്ടറിയായി. അയാൾ ആ കമ്പനിയിൽ നിന്നും മാറി പുതിയ കമ്പനിയിട്ടപ്പോൾ അങ്ങോട്ടു മാറി പതിയെ ആയാളുടെ ഭാര്യയുമായി. ബൈക്ക് റേസിങ്ങിൽ കമ്പമുണ്ടായിരുന്ന സ്കോട്ട്ലൻഡുകാരൻ നാട്ടിൽ വെച്ചുണ്ടായ ബൈക്കപകടത്തിൽ മരിച്ചപ്പോൾ വെറോണിക്ക കമ്പനി മുതലാളിയുമായി. ജീവിതം ഇങ്ങനെയൊക്കെയാണ് അപ്രതീക്ഷിതമായ വഴികളിലൂടെയാണ് അതു നമ്മളെ നയിക്കുന്നത്.

പുതിയ ഓർഡറുമായി ഓഫിസ് വിട്ടിറങ്ങുമ്പോഴാണ് ആ കാര്യം ഞാനോർത്തത്, ഒരു മണിക്കൂറിലേറെ നീണ്ട ഞങ്ങളുടെ സംഭാഷണത്തിനിടയിൽ ഒരിക്കൽ പോലും മുരളി കടന്നു വന്നില്ല. ലോകത്തിലെ സ്ത്രീകളെല്ലാവരും ഇങ്ങനെ തന്നെ ആവണം ഒരിക്കൽ ഹൃദയത്തിലേറ്റിയാൽ പറിച്ചെറിയാനും ഒരിക്കൽ പറിച്ചെറിഞ്ഞാൽ ഓർക്കാൻ കൂടി മടിക്കുന്നവരുമാകണം...

ഒരു പേരിലെന്തിരിക്കുന്നു ?

"ജൂഡി "

ആ പേരു കേട്ടപ്പോഴേ ഞാനമ്മച്ചിയോടു നോ പറഞ്ഞു. ഇത്തിക്കളത്തിലെ വീടിന്റെ വാതിൽക്കൽ വലിയ കൂട്ടിൽ കിടക്കുന്ന പട്ടിയുടെ പേരാണ് ജൂഡി എന്നത്. അതമ്മച്ചിക്കറിയാവുന്നതുമാണ് എന്നിട്ടും മകനു ആലോചിച്ചോണ്ടു വന്നേക്കുന്ന പെണ്ണിന്റെ പേരു കേട്ടില്ലേ ! ഫോണിന്റെ മറുതലയ്ക്കൽ എന്റെ കോപം ഇരച്ചു കയറുമ്പോൾ 'അമ്മ വിക്കി വിക്കി പറഞ്ഞു നീ പഠിച്ച പയ്യനല്ലേ ഒരു പേരിലെന്തിരിക്കുന്നു എന്നു ഷേക്സ് പിയർ പോലും പറഞ്ഞിട്ടില്ലേ. പേരിലും രൂപത്തിലുമല്ല സ്വഭാവത്തിലാണ് മകനെ കാര്യം. കേട്ടിടത്തോളം നല്ല കൊച്ചാ, ദിപ്പോ കൊറേ ആയില്ലേ നിനക്കു പെണ്ണന്വേഷിച്ചു ഞങ്ങൾ നടക്കുന്നു, ദിത് അവിടെ ഷാർജയിൽ തന്നെ ഒരു ക്ലിനിക്കിൽ ജോലി ചെയ്യുന്ന നേഴ്സ് പെങ്കൊച്ചാ, അവർക്കു നമ്മുടെ ചുറ്റുപാടും കുടുംബവും നന്നായി പിടിച്ചു. ഇനി നിങ്ങളു തമ്മിൽ കണ്ടിട്ടു എന്താണെന്നു വെച്ചാ തീരുമാനിച്ചോ!

ജൂഡി, അത് ശരിയാവില്ല, ദേവസ്യ എന്ന എന്റെ പേരു പോലും എനിക്കു നേരെ ചൊവ്വേ പിടിക്കുന്നില്ല അപ്പോൾ വീണ്ടും ഇഷ്ടമില്ലാത്തൊരു പേരുകാരിയെ വാലായി ചുമക്കാനോ. എന്റെ വയസ്സു കൂടുംതോറും ആധി കൂടുന്നത് അമ്മച്ചിക്കാണ് അല്ലെങ്കിൽ പിന്നെ ആഴ്ച്ചക്കാഴ്ച യുദ്ധകാല അടിസ്ഥാനത്തിൽ പെണ്ണു കാണാൻ പോകുന്നതെന്തിനാ ! എന്റെ പേരും പറഞ്ഞു മൂന്നാൻമാർ കുറച്ചുപേർ അമ്മച്ചിയെപറ്റിച്ചു ജീവിക്കുന്നന്നല്ലാതെ ഈ പായ് വഞ്ചി ഏതെങ്കിലും കരയിൽ അടുക്കുമെന്നു എനിക്കൊരു പ്രതീക്ഷയും ഉണ്ടായില്ല. മുപ്പതു കഴിഞ്ഞാൽ മുതുക്കാനാകുമെടാ എന്ന അമ്മച്ചിയുടെ സുവിശേഷം ചിലപ്പോഴൊക്കെ എന്റെ രാത്രികളെയും നിദ്രാവിഹീനമാക്കിയെങ്കിലും പണ്ടു തേച്ചിട്ടു പോയ കുട്ടപ്പന്റെ മകളുടെ മുഖം മനസ്സിൽ കണ്ടു ഞെട്ടി ഉണരുന്നതിനാൽ ആ ഓർമ്മകളിൽ നിന്നൊരു പൂർണ്ണ വിമുക്തി നേടാതെ വിവാഹ കമ്പോളത്തിലേയ്ക്കു കാലെടുത്തു വെയ്ക്കാനും ഞാൻ പേടിച്ചിരുന്നു.

അലുമിനിയം ചരുവത്തിൽ തലച്ചുമടായി വീട്ടിൽ മീൻ കൊണ്ടു വന്നിരുന്ന വിലാസിനി ചേച്ചിയുടെ പേഴ്സിൽ മുതൽ ചങ്ങനാശ്ശേരിയി

ലെ ഉന്നത കുലജാതരെ മാത്രം തിരഞ്ഞു പിടിച്ചു കെട്ടിക്കുന്ന ബെത്ലേഹം മാട്രിമോണിയലിന്റെ സൈറ്റിൽ വരെ എന്റെ വീതുളി പോലെ പരന്ന പല്ലു കാട്ടി ചിരിച്ചിരിക്കുന്ന ഫോട്ടം സ്ഥാനം പിടിച്ചു കഴിഞ്ഞിരിക്കുന്നു. കത്തോലിക്കാ വിട്ടു കളം മാറ്റി ചവിട്ടാത്തതിനാലും കാത്തോലിക്കരിൽ തന്നെ മാർത്തോമാ ശ്ലീഹാ മാമ്മോദീസാ മാർഗ്ഗം കൂടിക്കാത്ത കുടുംബങ്ങളെ പരിഗണിക്കാത്തതിനാലും അമ്മച്ചിയുടെ പെണ്ണ് കാണലും എന്റെ വിവാഹമെന്ന സ്വപ്നവും അടുക്കും തോറും അകലുകയും വീണ്ടും അകലും തോറും അടുക്കുകയും ചെയ്യുന്ന മരീചിക പോലെ അമ്മച്ചിയേയും എന്നെയും വലച്ചു കൊണ്ടേയിരുന്നു.

കുറവിലങ്ങാട്ടുള്ള മാത്തുക്കുട്ടി ലീവിനു പോയി വന്നപ്പോൾ അവന്റെ ശ്രീമതി അവനൊരു പ്രത്യേക സമ്മാനം കൊടുത്തു വിട്ടു ഷാർജ എയർപോർട്ടിൽ ഇറങ്ങാതെ പൊട്ടിച്ചു നോക്കരുതെന്ന ഉഗ്രശാസന നിലവിലിരുന്നതിനാൽ അവനും കുറേശ്ശേ ടെൻഷൻ ഉണ്ടാരുന്നു എന്നാലും ഒറ്റ ചങ്കും കരളുമായ വാരിയെല്ല് പൊതിഞ്ഞു കെട്ടി കൊടുത്തു വിട്ടതാണല്ലോ എന്നോർത്തപ്പോൾ കൂടെ കൊണ്ടിങ്ങു പോന്നു.

റൂമിലെത്തി പെട്ടി തുറന്നതും അവനാദ്യം പൊട്ടിച്ചതു പ്രിയതമയുടെ സർപ്രൈസ് പൊതിയാണ്. തുറന്നതും അവന്റെ കണ്ണുകൾ വജ്രക്കട്ടിയിൽ പതിഞ്ഞ ലേസർ രശ്മി പോലെ കറങ്ങി തെളിഞ്ഞു കത്തി. ജീവിതത്തിൽ അവനേറ്റം പ്രിയപ്പെട്ടതെന്നു പറയപ്പെടുന്ന അവലോസുണ്ടകൾ രണ്ടെണ്ണമെടുത്തവൻ എനിക്കു നേരെ നീട്ടി:നാട്ടിൽ നിന്നും വിമാനം കയറി വരുന്ന രുചികൾക്കൊരു ഒന്നൊന്നര രുചിയാണുണ്ടാവുക. സ്നേഹത്തിന്റെ മധുരവും വിരഹ ദുഃഖത്തിന്റെ ഉപ്പും കുഴച്ചു വളയിട്ട കൈ കൊണ്ടുണ്ടാക്കിയ അവലോസുണ്ടകൾ മാത്തുക്കുട്ടി തിന്നും മുൻപു തന്നെ എനിക്ക് കിട്ടിയ അവലോസുണ്ടകളിൽ ഒന്നിനെ അന്ന നാളത്തിന്റെ പൂമുഖ പടിയിലേയ്ക്ക് കടത്തി രണ്ടണപ്പല്ലുകളിക്കിടയിൽ വെച്ചു ഞാൻ ഞെരിച്ചു.

ടക്ക് !! എന്തോ ഒന്നു പൊടിഞ്ഞു താഴെ വീണിരിക്കുന്നു എന്റെ അണപ്പല്ലുകളിൽ ആരോഗ്യവാനായവന്റെ പകുതി മാത്തുക്കുട്ടിയുടെ പെണ്ണുമ്പുള്ള വിരഹവും ഉപ്പും കണ്ണീരും ചാലിച്ചുണ്ടാക്കിയ അവലോസുണ്ടയുടെ കാഠിന്യം താങ്ങാൻ കഴിയാതെ ഒടിഞ്ഞു നിലത്തു വീണിരിക്കുന്നു. സ്നേഹം സ്വാർത്ഥം അന്വേഷിക്കുന്നില്ല എന്റെ ഒടിഞ്ഞു വീണ പല്ലു കണ്ടിട്ടും കുലുങ്ങാതെ മാത്തുക്കുട്ടി പെണ്ണുമ്പുള്ളയുടെ സ്നേഹത്തെ നിലത്തു വെച്ചു ചുറ്റിക്കക്കടിച്ചു പൊട്ടിച്ചു വീണ്ടും എനിക്കു നേരെ നീട്ടി. ഇനിയൊരു ബലപരീക്ഷണത്തിനു ഞാനില്ല എന്ന മട്ടിൽ ഞാൻ റിമോട്ടുമെടുത്തു കട്ടിലിൽ ചാഞ്ഞു കിടന്നു. അണയിൽ അസഹ്യമായ വേദന കല്യാണം നടക്കുന്നതിനു മുൻപേ അണയിലെ പല്ലൊന്നു പോയി കിട്ടിയിരി

ക്കുന്നു.

ക്ലിനിക്കിനു മുന്നിൽ നാലഞ്ചു പേർ നിരന്നു നിൽപ്പുണ്ട് ഒരു ഫ്ലാറ്റിൽ നാലു ക്ലിനിക്കുകളുണ്ട് നാലും പല്ലോ പല്ലിന്റെ കേട്ടുപാടുകളോ തീർക്കുന്നതിനു വേണ്ടിയാണുള്ളത്. നാലു ക്ലിനിക്കിന് മുന്നിൽ നിന്നും നാലു പേര് എന്നെ കൈ കാട്ടി വിളിച്ചു മുൻപ് ചങ്ങനാശ്ശേരി മാർക്കറ്റിൽ ചാള വാങ്ങാൻ പോയപ്പോഴാണ് ആളുകൾ ഇങ്ങനെ കൈ കാട്ടി വിളിച്ചിട്ടുള്ളത്. ഞാൻ തൊണ്ണൂറു ഡിഗ്രിയിൽ കറങ്ങി എല്ലാ ക്ലിനിക്കിന്റെയും പൂമുഖ വാതിലുകളിലൂടെ അകത്തേയ്ക്കൊന്നു ഓടിച്ചു നോക്കി. എല്ലാം സുന്ദരിമാരായ നേഴ്സുമാരാണ് കൂടുതൽ പിടിച്ച മുഖം കണ്ട വാതിൽ തള്ളി തുറന്നു. സുന്ദരിക്കുട്ടി നേഴ്സ് എന്നോടിരിക്കാൻ ആവശ്യപ്പെട്ടു. വല്ലപ്പോഴും കൂടി പല്ലു പറിക്കാൻ ആളുകൾ വരുന്നതിനാൽ ഡോക്ടർ ക്ലിനിക്കിൽ ഇരിക്കില്ല രോഗികൾ വന്നെന്നു നേഴ്സ് വിളിച്ചു പറഞ്ഞു കഴിയുമ്പോൾ മുകളിലെ താമസ സ്ഥലത്തു നിന്നും താഴേയ്ക്കു ഇറങ്ങി വരും. സുന്ദരി നേഴ്സ് മുകളിലോട്ടു കറക്കി വിളിച്ചിട്ടു ഡോക്ടർ ഇപ്പോൾ വരും അത് വരെ ഇരിക്കാൻ പറഞ്ഞു മിണ്ടീ പറഞ്ഞിരിക്കാൻ ഒരു സുന്ദരി മുന്നിലുള്ളപ്പോൾ ഡോക്ടർ ഇച്ചിരെ താമസിച്ചാലും കുഴപ്പമില്ലന്ന മട്ടിൽ ആ മുഖ സൗന്ദര്യത്തിൽ മയങ്ങി ഞാൻ സോഫയിൽ ഇരുന്നു.

സിസ്റ്ററെ നാടെവിടാ !

ആലപ്പുഴ !

അയ്യോ ആലപ്പുഴ ഞാനും ആലപ്പുഴയാ, ആലപ്പുഴ എവിടെ ?

മാമ്പുഴക്കരി

പേരെന്നാ

ജൂഡി !!!!

കർത്താവേ !! എന്റെ ഹൃദയത്തിൽ വില്ലും കഴുന്നും നടക്കുന്നു.

ജൂഡിടെ മുഴുവൻ പേര് !

ജൂഡി ഷിബു !

ഷിബു അച്ചാച്ചന്റെ പേരാ കേട്ടോ, ഇനിയും ചോദ്യങ്ങളുണ്ടാകും എന്നു മുന്നേ മനസ്സിലാക്കി കൊണ്ടുള്ള ഒരേറാണ് അതെന്നെനിക്കു തോന്നി. അമ്മച്ചി പറഞ്ഞ ഞാൻ നിഷ്കരുണം ഒരു പേരിന്റെ പേരിൽ ഒഴിവാക്കിയതീ അനാഘ്യ്രാത കുസുമത്തെയാണല്ലോ തമ്പുരാനേ !!

പുറത്തിറങ്ങി മൊബൈൽ കുത്തി അമ്മച്ചിയെ വിളിച്ചു ! അമ്മച്ചി മുൻപു പറഞ്ഞില്ലാരുന്നോ ഒരു മാമ്പുഴക്കരി കൊച്ചിന്റെ കാര്യം. അതിനു ഞാൻ ഓക്കെയാണമ്മച്ചി !

ഏതു മാമ്പുഴക്കരിക്കാരി ?

ഓ ഒന്നും അറിയാത്ത പോലെ ! ആ ജൂഡി എന്നു പേരുള്ള കൊച്ചു !

നിനക്കാ പേരു പിടിക്കില്ലെന്നു പറഞ്ഞ കാരണം ഞാനതൊഴി

വാക്കി, അതിനു വേറെ കല്യാണമായെന്നാ ദീനാമ്മ പറഞ്ഞേ, ഏതോ പട്ടാളക്കാരൻ കെട്ടുന്നത്രെ, നിന്റെ ഫോട്ടോ ഷാർജയിൽ ആ കൊച്ചിന്റെ കൈയ്യിലാ അവരതു പോസ്റ്റിൽ അയച്ചു തന്നോളും !!

മനസ്സിൽ പൊട്ടിയ ലഡ്ഡുവിലേയ്ക്ക് ഒരു കൂട്ടം പുളിയനുറുമ്പുകൾ ഓടിയെത്തുന്നു. എനിക്കു തിന്നണ്ട ലഡ്ഡു ഉറുമ്പു കൂട്ടം ഒറ്റയടിക്കു തിന്നു തീർക്കുന്നു.

അതേയ് ഡോക്ടർ വന്നു, ചേട്ടൻ വന്നാ ചക്രകട്ടിലിൽ കിടന്നോളൂ..

അണപ്പല്ലിനു കീഴെ കുത്താനുള്ള സൂചിയിൽ മരുന്നു നിറയ്ക്കുമ്പോൾ അടക്കം പോലെ അവളെന്നോടു പറഞ്ഞു.

ഒരു പേരിലൊന്നും ഒന്നും ഇല്ല കേട്ടോ ചേട്ടാ!

ഷേക്സ്പിയർ അളിയാ നിങ്ങളു പറഞ്ഞിട്ടു കേൾക്കാത്ത കാര്യം ജീവിതം എന്നെ പഠിപ്പിച്ചിരിക്കുന്നു. ഒരു പേരിൽ ഒരു പുല്ലുമില്ല പല്ലെടുത്തു പോരുമ്പോൾ പഞ്ഞി വെച്ച അണപ്പല്ലിൽ നിന്നും മോണ വിടർത്തി എന്തോ പറയാൻ തുടങ്ങിയ എന്നെ മോണായനക്കരുതെന്ന ശാസനയോടെ അപ്പർ കുട്ടനാട്ടുകാരിയായ ആ സുന്ദരി നേഴ്സ് എന്റെ ഫോട്ടോയടങ്ങിയ കവർ എനിക്കു നേരെ നീട്ടി ഒരു ദാർശനികയെപ്പോലെ പറഞ്ഞു.

പേരിലല്ല ദേവസ്യാച്ചാ ലുക്കിലാണ് കാര്യം...

സ്വർണ്ണ നാഗങ്ങൾ

അവരുടെ ആരോ മരിച്ചിട്ടുണ്ടാവണം ചെക്ക് ഇൻ കൗണ്ടറിലേയ്ക്കുള്ള വരിയിൽ നിൽക്കുമ്പോൾ അവർ വലിയ വായിൽ കരയുകയായിരുന്നു. കണ്ണുനീർ കാണുന്നത് എനിക്കസഹനീയമാണ് പ്രത്യേകിച്ചും സ്ത്രീകൾ കരയുന്നത്, അതു കൊണ്ടു തന്നെ താൻ ഇന്നോളം ഒഴിവാക്കാൻ പറ്റാത്ത മരണവീട്ടിലല്ലാതെ എങ്ങും പോയിട്ടില്ല. വിമാനത്താവളങ്ങളിൽ കാണുന്നത്ര സന്തോഷവും വിരഹവും കണ്ണു നീരുമൊന്നും വേറെ എവിടെയും കാണാൻ സാധിക്കില്ല എന്നെനിക്കു തോന്നി ഒരു വശത്തു പ്രിയപ്പെട്ടവരെ പിരിയുന്ന വേദന, മറുവശത്തു കൂടി ചേരലുകളുടെ ആനന്ദാശ്രുക്കൾ. ചെക്ക് ഇൻ കൗണ്ടറിൽ വലിയ ഒരു നിര തന്നെ രൂപപ്പെട്ടിരിക്കുന്നു. സീസൺ ആരംഭിച്ചതിനു ശേഷമുള്ള ആദ്യത്തെ വ്യാഴാഴ്ചയാണ്. ഒച്ചിഴയുന്ന വേഗതയിലാണ് ഓരോ ചെക് ഇൻ കൗണ്ടറും, ഭാരം കൂടുതലുള്ള സ്യൂട്ട് കേസ് ഞാൻ ഒന്നു കൂടി ഉയർത്തി നോക്കി അനുവദിച്ചതിലും രണ്ടോ മൂന്നോ കിലോ കൂടുതൽ ഉണ്ടാവും ഹാൻഡ് ബാഗു കൂടി തൂക്കിയാൽ തീർച്ചയായും പിഴ ഒടുക്കാതെ മുന്നോട്ടു പോകാൻ സാധിക്കില്ല. ഞാൻ മുന്നോട്ടു കണ്ണോടിച്ചു പരിസരം വീക്ഷിച്ചു ആരെങ്കിലും ലഗ്ഗേജു കുറവുള്ളവരുടെ കൂടെ എന്റെ ഹാൻഡ് ബാഗ് കടത്തി വിട്ടാൽ പിഴ ഒടുക്കുന്നതിൽ നിന്നും ഒഴിവാകാം. കരയുന്ന സ്ത്രീ ഇപ്പോഴും തേങ്ങുകയാണ് അവരുടെ കൈയ്യിൽ ഒരു വാനിറ്റി ബാഗ് അല്ലാതെ ഒന്നും തന്നെ ഇല്ല. ആവശ്യക്കാരനു ഔചിത്യമില്ലെന്നു ആദ്യം പഠിപ്പിച്ചതു കോളേജ് ബസ് ഡ്രൈവർ മോഹനേട്ടനാണ്. ഗ്യാസിന്റെ അസുഖം ഉണ്ടായിരുന്ന മോഹനേട്ടൻ ഓടിച്ചിരുന്ന ബസ് വഴിയിൽ ഒതുക്കി കണ്ട വീടുകളിലേയ്ക്ക് ഓടിക്കയറി കാര്യം സാധിച്ചിട്ടു വരുമ്പോൾ കൂകിയാർക്കുന്ന ഞങ്ങൾ കുട്ടികളോട് വളിച്ച മുഖത്തോടെ പറഞ്ഞിരുന്ന വാചകമാണിത്. അല്ലെങ്കിൽ തന്നെ ആവശ്യക്കാരനു എന്തുട്ടിന്നാണു ഔചിത്യം !!! എല്ലാം പോയാദാ കഴിഞ്ഞില്ലേ.

വലിയ സങ്കടക്കടലിൽ യാത്ര ചെയ്യുന്ന സ്ത്രീയോടു ഔചിത്യമില്ലാത്ത പരീക്ഷണത്തിനാണ് താൻ മുതിരാൻ പോകുന്നത്. എന്റെ ലഗേജ് അടങ്ങിയ ട്രോളി പതിയെ ഉരുട്ടി ഞാൻ അവരോടു ചേർന്നു നിന്നു.

ആരാ മരിച്ചേ ?

എന്റെ ചോദ്യം കാര്യാ സാധ്യത്തിനുള്ള ഒരു തുടക്കം ഉണ്ടാക്കുന്നതിനുള്ള ആദ്യത്തെ ചവിട്ടു പടി മാത്രമായിരുന്നു. എന്റെ ചോദ്യം കേൾക്കാത്തവണ്ണം അവർ തോളിൽ കിടന്ന ചുരിദാറിന്റെ ഷാൾ എടുത്തു മുഖം തുടച്ചു. അവരെ ആളുകൾ ശ്രദ്ധിക്കുന്നു എന്നു അവർ മനസ്സിലാക്കിയിരിക്കുന്നു. ചെക്ക് ഇന്നിലേയ്ക്കുള്ള ക്യൂവിന്റെ നീളം കുറയുന്നതിനു അനുസരിച്ചു എന്റെ ഹൃദയത്തിന്റെ താളവും മുറുകുകയാണ് ഇതാരെയെങ്കിലും ഏൽപിച്ചില്ലെങ്കിൽ കനത്ത പിഴയാണ് കാത്തിരിക്കുന്നത്. ഞാൻ ഒന്നു കൂടി സുന്ദരിയോടു ചേർന്ന് നിന്നു അവർ കരച്ചിൽ പൂർണ്ണമായും നിർത്തിയിരിക്കുന്നു.

മാഡം എന്റെ ലഗ്ഗേജ് എക്സ്സസ് ആണ്, മാഡത്തിന്റെ കൂടെ എന്റെയീ ബാഗേജ് കൂടി...

ആസ്ഥാനത്തു അവതരിപ്പിക്കുന്നതെല്ലാം അശ്ലീലമാണ്. എന്തോ വലിയ അപരാധം ഞാൻ ആവശ്യപ്പെട്ടതു പോലെ അവർ തിരിഞ്ഞു നിന്നു. എല്ലാ പ്രതീക്ഷയും അസ്തമിച്ചിരിക്കുന്നു ഇനി പിഴയൊടുക്കുകയെ നിവർത്തിയുള്ളു ഞാൻ പേഴ്സ് തുറന്നു നോക്കി രണ്ടു മാസത്തെ ലീവിനുള്ള തുക കണക്കാക്കി വെച്ചത് അതിനുള്ളിൽ ഉണ്ട്, കണക്കു കൂട്ടലുകൾ പാളിയാൽ ലീവിന്റെ ദൈർഘ്യം കുറയും. ഇപ്പോൾ ഗൾഫിൽ കിട്ടുന്നതെല്ലാം നാട്ടിൽ പെട്ടിക്കടകളിൽ പോലും സുലഭമാണ്. എന്നിട്ടും ചൈനാ സാധനങ്ങൾ വാരിവലിച്ചു കൊണ്ടു പോകുന്നത് ഇതെത്രമത്തെ തവണയാണ്.

ഷിനോജ് വർഗീസ് !

ആ സ്ത്രീയാണെന്റെ പേരു വിളിക്കുന്നത് ഒരു നിമിഷം ഞാൻ സ്തബ്ധനായി ഇതെങ്ങനെ എന്റെ പേരിവർ മനസിലാക്കി. ഞാനെന്തൊരു മണ്ടനാണ് സ്യൂട്ട് കേസിനു മുകളിൽ വെണ്ടക്കാ അക്ഷരത്തിൽ ഷിനോജ് വർഗീസ് ദുബൈ ടു കൊച്ചി എന്നെഴുതി ഒട്ടിച്ചു വെച്ചിട്ടു ആരെങ്കിലും പേരു വിളിക്കുമ്പോൾ അത്ഭുതപ്പെടാൻ.

എസ് മാഡം ! ഞാൻ വെപ്രാളപ്പെട്ടു അവർ കുനിഞ്ഞു എന്റെ ഹാൻഡ്ബാഗേജ് എടുത്തു അവരുടെ മുന്നിലേയ്ക്ക് വെച്ചു. സമാധാനമായി ഒരു വലിയ കടമ്പ കടന്നിരിക്കുന്നു പകരം അവർ കൈയ്യിലിരുന്ന കുഞ്ഞു ഹാൻഡ് ബാഗ് എന്റെ സ്യൂട്ട് കേസിന്റെ സിപ്പ തുറന്നു അതിനുള്ളിലേയ്ക്ക് കയറ്റി വെച്ചു. സാരമില്ല അവരുടെ ദുഃഖാവസ്ഥയിലും അവരെന്നെ സഹായിക്കാൻ മനസു കാണിച്ചല്ലോ.

അവരുടെ ഉള്ളിൽ തേങ്ങലുകൾ നിലയ്ക്കുന്നുണ്ടായിരുന്നില്ല

ആർക്കെങ്കിലും എന്തെങ്കിലും അപകടം ? ഇക്കുറി എന്റെ ചോദ്യത്തിനു മറുപടി തരാതിരിക്കാൻ അവർക്കു കഴിയുമായിരുന്നില്ല. ഏതോ

പ്രമുഖ ഹോസ്പിറ്റലിലെ നേഴ്സ് ആണവർ നാട്ടിൽ അവരുടെ പ്രിയപ്പെട്ട ആർക്കോ എന്തോ അപകടം സംഭവിച്ചിരിക്കുന്നു എന്നു മാത്രമാണവർക്കറിയാവുന്നത്. പ്രിയപ്പെട്ട അപ്പച്ചൻ അമ്മച്ചി സഹോദരൻ ആരാണോ നാട്ടിൽ നടന്നതിനെപ്പറ്റി അവർക്കൊരു രൂപവുമില്ല. ഇറങ്ങുമ്പോൾ സ്വീകരിക്കാൻ ആളുണ്ടാവും അതുമാത്രമാണ് അവർക്കു കിട്ടിയ അറിയിപ്പ്.

വിമാനം ലാൻഡ് ചെയ്തതും അവൾ കരഞ്ഞു കൊണ്ടു പുറത്തേയ്ക്കോടി എനിക്കു അവരെ പിൻഗമിക്കണം എന്നുണ്ട് പക്ഷെ എന്റെ ലഗ്ഗേജ് ലഭിക്കാതെ എനിക്കു പുറത്തേയ്ക്കു വരിക അസാധ്യമാണ്. അവർ ഇപ്പോൾ കാത്തു നിന്ന ബന്ധുക്കളുമായി വീട്ടിലേയ്ക്കുള്ള യാത്ര തുടങ്ങിയിട്ടുണ്ടാവണം. ഒന്നു വിശദമായി ആർക്കാണ് അപകടം സംഭവിച്ചതെന്നു പോലും പറയാതെ അവൾ പോയിരിക്കുന്നു. നാടെത്തിക്കഴിഞ്ഞാൽ ഒരു തരം ആക്രാന്തമാണ് പുറത്തേക്കിറങ്ങാൻ പ്രത്യേകിച്ചും നമ്മൾ മലയാളികൾക്ക് കാത്തു നിൽക്കുന്നവരെ കണ്ടു നിർവൃതി അടയാൻ, പിറന്ന നാടിന്റെ ഗൃഹാതുരത്വത്തിലേയ്ക്ക് ഊളിയിട്ടിറങ്ങാൻ ലഗ്ഗേജ് വന്ന മാത്രയിൽ ഞാൻ ഗ്രീൻ ചാനലിലൂടെ പുറത്തിറങ്ങി.

ഷിനോജ് വർഗീസ് ! വീണ്ടും ആ പിൻ വിളി കേട്ടപ്പോളാണ് ഞാൻ ആകാര്യം ഓർത്തത് ആ സ്ത്രീയുടെ ഹാൻഡ്ബാഗ് എന്റെ ലഗേജിനുള്ളിലാണ്. മോശമായിപ്പോയി എനിക്കു വേണ്ടി അവർ അവരുടെ വിലപിടിപ്പുള്ള സമയം ഇവിടെ പാഴാക്കിയിരിക്കുന്നു. ക്ഷമാപണത്തോടെ സ്യൂട്ട് കേസിന്റെ സിപ്പു തുറന്നു ഞാനാ ബാഗ് എടുത്തു അവരുടെ കൈയ്യിൽ കൊടുക്കുമ്പോൾ ആ ചോദ്യം മൂന്നാമത്തെ തവണ കൂടി ആവർത്തിച്ചു.

ആർക്കായിരുന്നു അപകടം ? എന്താണ് ശരിക്കും സംഭവിച്ചത് ? ആരാണ് താങ്കളെ കൂട്ടാൻ വന്നത് ?

തൊട്ടു മുൻപു വരെ ഏങ്ങലടികൾ മുഴങ്ങിയിരുന്ന ആ മുഖം ക്ഷണനേരം കൊണ്ടു ചുവന്നു തുടുത്തു. ചെറിപ്പഴങ്ങളുടെ ഭംഗിയുള്ള ചുണ്ടുകൾക്കിടയിലൂടെ ഏതൊരു പുരുഷനെയും മോഹിപ്പിക്കുന്ന ഒരു പുഞ്ചിരി ഒഴുകി വന്നു. ഞാൻ നീട്ടിയ വാനിറ്റി ബാഗ് തുറന്നു നോക്കി അതിൽ എല്ലാം ഉണ്ടെന്നു ഉറപ്പു വരുത്തിയ ശേഷം അവളെന്നെ നോക്കി ഒരു കണ്ണു ഇറുക്കി അടച്ചു, ശേഷം വശ്യമായി പുഞ്ചിരിച്ചു കൊണ്ടു മുന്നോട്ടു നടന്നു പോയി. മുത്തശ്ശിക്കഥയിലെ നാഗമാണിക്യം പേറുന്ന സർപ്പ കന്യകയെപ്പോലെ...

വിളനിലങ്ങൾ കാട്ടുന്ന വിധി

കമ്പനി അക്കൗണ്ടിൽ പാകിസ്ഥാനിൽ നിന്നും വന്ന ആയിരം ഡോളർ ആരാണ് അയച്ചതെന്നറിയാതെ ഞാൻ കുഴങ്ങി. അനോണിമസായി വരുന്ന കാശുകൾ കർശനമായി നിരീക്ഷിക്കുന്ന സംവിധാനമുള്ള ഒരു രാജ്യത്തിലാണ് എന്റെ വ്യവസായം എന്നതിനാൽ പരമാവധി ആളുകളോടു അന്വേഷിച്ച ശേഷം അതിന്റെ ഉറവിടത്തിലേയ്ക്കു മടക്കണം എന്ന ഉദ്ദേശത്തോടെ ഞാൻ എന്നെ അറിയുന്ന ഞാൻ അറിയുന്ന എല്ലാ പാകിസ്ഥാനികളോടും വെറുതെയെങ്കിലും അന്വേഷണം നടത്തി അവരുടെ ആരുടെയെങ്കിലും അക്കൗണ്ടിൽ ചെല്ലേണ്ട പണമാണോ കമ്പനി അക്കൗണ്ടിൽ വഴി തെറ്റി എത്തിയതെന്നറിയാനുള്ളൊരു വിഫലശ്രമം നടത്തി നോക്കി. ചില അതി ബുദ്ധിമാന്മാർ തന്റേതായിരിക്കാമെന്നു അവകാശപ്പെട്ടെങ്കിലും കൂടുതൽ അന്വേഷണത്തിൽ അതൊക്കെ ചുളുവിൽ കിട്ടുന്ന കാശിനു വേണ്ടിയുള്ള കുർമ്മ ബുദ്ധി ആയിരുന്നെന്നു തെളിഞ്ഞതിനാൽ ഉറവിടത്തിലേയ്ക്കു തന്നെ തുക മടക്കാൻ തീരുമാനമായി.

ഡെറാ ഗാസി ഖാൻ എന്ന പ്രവിശ്യയിലെ ഒരു ബാങ്കിൽ നിന്നാണ് പണം ട്രാൻസ്ഫർ നടന്നിരിക്കുന്നത് എന്നാൽ തിരിച്ചാ ബാങ്കുമായി ബന്ധപ്പെട്ടപ്പോൾ അയച്ച ആളെക്കുറിച്ചു വെളിപ്പെടുത്താൻ അവർ വിമുഖത കാട്ടി. കസ്റ്റമറിന്റെ അനുവാദമില്ലാതെ ഒരു ഡീറ്റൈൽസും തരാൻ അവർ തയ്യാറാല്ലത്തതിനാൽ ആ പണം ഡെമോക്ലീസിന്റെ വാളു പോലെ എന്റെ തലയ്ക്കു മുകളിൽ തൂങ്ങിയാടി. ഒരു പുതിയ സൈറ്റ് ഇൻസ്പെക്ഷൻ കഴിഞ്ഞു വന്നതും ഫിലിപ്പൈനി സെക്രട്ടറി വന്നൊരു നമ്പർ തന്നു. അയാൾ സംസാരിച്ചതൊന്നും അവൾക്കു മനസിലായില്ലെന്നും അയാളുടെ നമ്പറിൽ തിരിച്ചു വിളിച്ചു കാര്യം അറിയണമെന്നും അഭ്യർത്ഥിച്ചു കടന്നു പോയി. തിരക്കും മറ്റു ജോലികളും എന്നെ വേറെ വഴിയിൽ നയിച്ചപ്പോൾ ആ നമ്പർ എന്റെ മേശമേലങ്ങനെ അനാഥമായി കിടന്നു.

മൂന്നാം നാൾ പ്രഭാതം മെയിൻ റിസപ്ഷനിൽ നിന്നും ട്രാൻസ്ഫർ ചെയ്തു എന്റെ ഫോണിലേക്കു വന്ന ഒരു കാൾ എന്നെ തീർത്തും അത്ഭുത പരതന്ത്രനാക്കി.

സർജീ ഞാൻ പെഹ്‌ലു ഖാൻ !!!

ഞാൻ ഓർമ്മകളിൽ ഒന്നു തല ചുഴറ്റി നോക്കി. പെഹ്‌ല്വ ഖാൻ ഇങ്ങനെയൊരു പേര് ഞാൻ എവിടെയോ കേട്ടിരിക്കുന്നു പക്ഷെ വേഗം അതാരാണെന്നു തിരിച്ചറിയാൻ കഴിയുന്നില്ല.

സർജീ എന്നെ മറന്നിട്ടുണ്ടാവും ! ഞാനൊരു വാക്യം പറഞ്ഞാൽ ഒരു പക്ഷെ നിങ്ങൾക്കെന്നെ വേഗം ഓർക്കാൻ കഴിയും. മൽസ്യത്തോട്ട മരം കയറാൻ പറഞ്ഞാൽ അതെങ്ങനെ സാധിക്കും !!!!

ആരെ പെഹ്‌ല്വ ഖാൻ, നിങ്ങൾ പോയിട്ടു കൊല്ലം രണ്ടാകുന്നു. നിങ്ങളിപ്പോൾ എവിടെയാണ് ?

സർജി അന്ന് ഞാൻ പറഞ്ഞ വാക്കു പാലിച്ചിരിക്കുന്നു, അങ്ങേയ്ക്കു നഷ്ടമായ ദിർഹം ആയിരം ഡോളറായി ഞാൻ കമ്പനി അക്കൗണ്ടിൽ ഇട്ടിട്ടുണ്ട്.

ഓ പെഹ്‌ല്വ ഖാൻ, അതൊക്കെ കഴിഞ്ഞ കഥയല്ലേ, ആ തുക ഞാൻ ഒടുക്കിയിരുന്നു.

സൈനിക സ്കൂളിലെ ഇന്റർമീഡിയറ്റ് എന്നു പറഞ്ഞാൽ നിങ്ങൾ ഇൻഡ്യാക്കാർക്കു വലിയ പഠിത്തമല്ലായിരിക്കാം എന്നാൽ ഞങ്ങൾ പാകിസ്ഥാനികൾക്കതു ഉയർന്ന ഉദ്യോഗം ലഭിക്കേണ്ട ജോലിയാണ്. എന്നെ ഓഫീസിൽ ഏതെങ്കിലും ജോലിക്കു നിയോഗിക്കണം സാർ !

പെഹ്‌ല്വഖാൻ എന്നെ കാണാൻ വന്ന ദിവസം ആദ്യം പറഞ്ഞ വാക്കുകളായിരുന്നു. സൈറ്റിലെ ചൂടിൽ അവനൊരിക്കലും ജോലി ചെയ്യാൻ സാധിക്കില്ലെന്നവൻ തീർത്തു പറഞ്ഞു. ഓഫീസിൽ ഒഴിവുകളൊന്നുമില്ല പെഹ്‌ല്വ ഖാൻ നിങ്ങളുടെ വിസയ്ക്കു വേണ്ടി വലിയൊരു തുക കമ്പനി ഈ സമയം വരെ മുടക്കിയിരിക്കുന്നു. നിങ്ങൾക്കീ ജോലിയിൽ താൽപര്യമില്ലെങ്കിൽ കമ്പനി മുടക്കിയ തുക അടച്ചു നിങ്ങൾക്കു മടങ്ങാം.

സർ, ഇതെന്റെ വഴിയല്ല, ഈ ജോലിയിൽ ഞാനൊരിക്കലും അനുപൂരകനായ വ്യക്തിയല്ല താങ്കൾ എന്നെയൊന്നു സഹായിക്കണം എനിക്കു പാക്കിസ്ഥാനിലേക്കു മടങ്ങി പോയെ മതിയാകൂ. ഒരു മത്സ്യത്തെ പിടിച്ചു മരം കയറാൻ പറഞ്ഞാൽ സാധിക്കുമോ ?

ഞാൻ മാനേജ്മെന്റിന്റെ ഒരു ഭാഗം മാത്രമാണ്, തീരുമാനമെല്ലാം അവരുടേതാണ് പെഹ്‌ല്വ. ഒരു ആറു മാസമെങ്കിലും നീ യീ ജോലി ചെയ്താൽ എനിക്ക് നിനക്കു വേണ്ടി സംസാരിക്കാനെങ്കിലും കഴിഞ്ഞേക്കും.

ഒരു മണിക്കൂർ പോലും ഈ വെയിലിൽ നിൽക്കാൻ എനിക്കു കഴിയില്ല സർ, ദയവായി എന്നെ നിർബന്ധിക്കരുത് സർ. നിങ്ങൾ മുടക്കിയ പണം ഞാൻ തരാം എന്നെങ്കിലുമൊരിക്കൽ, പക്ഷെ ഇപ്പോഴെന്റെ കൈയ്യിൽ മടക്കടിക്കറ്റിനു പോലുമുള്ള പൈസയില്ല.

എന്റെ ഉറപ്പിന്മേൽ പെഹ്‌ല്വഖാൻ ഒരിക്കലും പാകമാകാത്ത കുപ്പാ

യം ഊരി വെച്ച ഡെറാ ഗാസി ഖാനെന്ന അപരിക്ഷ്കൃതമായ ഗ്രാമത്തിലേയ്ക്ക തിരിച്ച നടന്നു. അവിടെ അയാളെ തേടി സർക്കാരുദ്യോഗം കാത്തിരിക്കുന്നുണ്ടാവണം കാരണം അവരുടെ ഇടയിലെ വിദ്യാ സമ്പന്നമായിരുന്നു പെഹ്ല്വ ഖാൻ.

പറയൂ പെഹ്ല്വ നിങ്ങളിപ്പോൾ എവിടെയാണ് ? എന്താണ് നിങ്ങളുടെ ജോലി ?

അല്ലാഹ്ഹവിന്റെ കൃപയാൽ ഡെറാ ഗാസി ഖാനിലെ തിരഞ്ഞെടുക്കപ്പെട്ട ജന പ്രതിനിധിയാണ് ഞാനിപ്പോൾ. അവിടെ നിന്നിരുന്നെങ്കിൽ ഒരുപക്ഷെ ഞാനൊരു മരപ്പണിക്കാരനോ കൂലിയോ മാത്രമായി മാറിയേനെ. അല്ലാഹ്ഹവിന്റെ ഖിക്മത്തായിരുന്നു അന്നാങ്ങയിലൂടെ നിറവേറിയത്. മരിക്കുന്നതിനു മുൻപു ഞാൻ വരുത്തി വെച്ച ഈ കടം വീടണമെന്നുണ്ടായിരുന്നു അത് സാധിച്ച പരമ കാരുണികനു സ്തുതി.

ഞങ്ങളുടെ സംഭാഷണം അവസാനിപ്പിച്ച ഫോൺ താഴെ വെച്ചതും എന്റെ കാതിൽ ആ ദയനീയ ശബ്ദം ഒരിക്കൽ കൂടി മുഴങ്ങുന്നു. സാർ മീനിനോട്ട മരം കയറാൻ പറഞ്ഞാൽ അതെങ്ങനെ സാധിക്കും !!

അജീഷ് മാത്യ കറുകയിൽ

പോറ്റി സാർ

പോറ്റി എന്നു ഞങ്ങൾ സ്നേഹപൂർവ്വം വിളിച്ചിരുന്ന സുബ്രമണ്യം പോറ്റി ശാന്തനും മിത ഭാഷിയുമായിരുന്നു. ബുദ്ധിയുടെ കാര്യത്തിൽ പട്ട രിൽ പൊട്ടനില്ല എന്ന വാചകം അടിവരയിടുന്ന വിധം സമർത്ഥനായി രുന്നു പോറ്റി. ഗാഡ സ്വാരസ്വത ബ്രാഹ്മണ വിഭാഗത്തിൽ പെട്ട പോറ്റി കൊങ്കണി കലർന്ന മലയാളത്തിൽ സംസാരിക്കുന്നത് കേൾക്കാൻ തന്നെ ഒരിമ്പമായിരുന്നു. വിശേഷ ദിവസങ്ങളിൽ പോറ്റിയുടെ ഭാര്യ ഉണ്ടാക്കി കൊടുക്കുന്ന വിശേഷ പലഹാരങ്ങൾ ഓഫീസിൽ ഞങ്ങൾ ക്കിടയിൽ ചർച്ചാ വിഷയമായിരുന്നു. പൊതുവെ സംസാര പ്രിയനല്ലത്ത പോറ്റി സംസാരം തുടങ്ങിയാൽ നിർത്തുന്നത് ഭാര്യ സെൽവി അമ്മാളി ന്റെ ഗുണ ഗണങ്ങളെ വാഴ്ത്തികൊണ്ടായിരുന്നു. പക്ഷെ ഒരിക്കൽ പോലും ഞങ്ങൾ സഹപ്രവർത്തകരെ പോറ്റി വീട്ടിലേയ്ക്ക് ക്ഷണിച്ചിട്ടില്ല ഞങ്ങൾ ആരെങ്കിലും എന്തെങ്കിലും പരിപാടിക്ക് ക്ഷണിക്കുകയോ മറ്റോ ചെ യ്താൽ സ്നേഹപൂർവ്വം അതിൽ നിന്ന് ഒഴിഞ്ഞു മാറും അഥവാ ഒട്ടും ഒഴി വാക്കാൻ പറ്റാത്തതാണെങ്കിൽ പോറ്റി കുടുംബത്തെ കൂട്ടാതെ ഏകനാ യി വരും. ഒരു ചായക്ക് പോലും ഓഫീസ് ബോയിയെ ബുദ്ധിമുട്ടിക്കാതെ വലിയ മൂല്യങ്ങളിൽ ജീവിക്കുന്ന പോറ്റിയെ ഓഫീസിൽ എല്ലാവർക്കും വലിയ കാര്യമായിരുന്നു.

ഒരു ദിവസം പതിവില്ലാതെ രണ്ടു പോലീസുകാർ ഓഫീസ് റിസ പ്ഷനിൽ എത്തി പോറ്റിയെ തിരക്കി. എല്ലാവർക്കും അത്ഭുതമായിരുന്നു ആ വരവ് പോലീസുകാർ പോറ്റിയെ മാറ്റി നിർത്തി എന്തോ സ്വകാര്യം പറഞ്ഞതും വലിയ വായിൽ നിലവിളിച്ചു കൊണ്ടു പോറ്റി ഓടി പോയി പോലിസ് വണ്ടിയിൽ ഇരുന്നു. ആർക്കും എന്താണ് നടക്കുന്നത് എന്ന തിനെ പറ്റി ഒരു എത്തും പിടിയും കിട്ടിയില്ല പോറ്റിയുടെ സെക്രട്ടറി മോ ണോലിസ പിറകെ പോകാൻ തന്നെ തീരുമാനിച്ചു കൂടെ ഒരു ധൈര്യ ത്തിന് എന്നെയും കൂട്ടി. പോലീസ് പോറ്റി സാറിനെ പിടിച്ചു കൊണ്ട് പോയതാകാമെന്ന നിഗമനത്തിൽ ഞങ്ങൾ വണ്ടി ഞങ്ങൾക്കടുത്ത പോലിസ് സ്റ്റേഷനിലേയ്ക്ക് വിട്ടു. കുറച്ചു നേരം അവിടെ കാത്തിരുന്നിട്ടും അവിടെ ആരും എത്താതതിനാൽ ഞങ്ങൾ പോറ്റി സാറിന്റെ മൊബൈ

ലിൽ വിളിച്ചു നോക്കി റിങ് ചെയ്യുന്നതല്ലാതെ ആരും ഫോൺ എടുക്കുന്നില്ല. പോറ്റിയുടെ വീട്ടിൽ ആർക്കെങ്കിലും എന്തെങ്കിലും പറ്റിയിട്ടാവുമോ പോലീസ് എത്തിയത് മോണോലിസയുടെ ആ സംശയം പോറ്റി സാറിന്റെ വീട്ടിലേയ്ക്കു പോകാൻ തന്നെ ഞങ്ങളെ തീരുമാനിപ്പിച്ചു പക്ഷെ എനിക്കോ മോണോലിസയ്ക്കോ അയാൾ എവിടെയാണ് താമസിക്കുന്നത് എന്നതിനെപറ്റി ഒരു വിവരവും ഇല്ല. പണ്ടെങ്ങോ കാർ വർക്ഷോപ്പിൽ ആയിരുന്നപ്പോൾ അയാളെ ഞാൻ മീന സ്ട്രീറ്റിലെ ഒരു ഫ്ലാറ്റിനു മുന്നിലാണ് ഇറക്കി വിട്ടത് ആ ഓർമ്മയിൽ ഞങ്ങൾ മീന സ്ട്രീറ്റിലേയ്ക്കു വണ്ടി തിരിച്ചു.

മീന സ്ട്രീറ്റിലെ ഒരു കെട്ടിടത്തിനുള്ളിൽ നിന്നും പുക പടലങ്ങൾ ഉയരുന്നതു ഞങ്ങൾക്കു ദൂരെ നിന്നെ കാണാം. താഴെ കൂട്ടം കൂടി പോലീസുകാരും അഗ്നി ശമനസേനയും തീയണയ്ക്കാൻ പാട് പെടുകയാണ് ആൾക്കൂട്ടത്തിനിടയിൽ അതീവ ഖിന്നനായി പോറ്റി സാറും ഞങ്ങളെ കണ്ടതും പുള്ളി ഒന്നു' പിറകോട്ടു വലിഞ്ഞു. ബുദ്ധിമുട്ടിക്കാൻ പോകാതെ ഞങ്ങളും മാറി നിന്നു, ചെറിയ തീയായിരുന്നു അഗ്നി ശമന സേനാ തീയണച്ചതും പോറ്റി ഓടി മുകളിൽ കയറി ഒന്നാം നിലയിലെ തന്റെ ഫ്ലാറ്റ് തുറന്നു. നിലവിളിച്ചു തളർന്ന സെൽവി അമ്മാളുമായി താഴേയ്ക്കിറങ്ങി വന്നു പുക ശ്വസിചിട്ടെന്നോണം അവർ തളർന്നു വീണു. അന്നാണ് ഞാനും മോണോലിസയും ആദ്യമായി സെൽവി അമ്മാളിനെ കാണുന്നത് നാല്പത്തി അഞ്ചു കഴിഞ്ഞ പോറ്റിയുടെ ഭാര്യ ശെൽവി അമ്മാൾ അതീവ സുന്ദരിയായിരുന്നു. പോലിസ് ആംബുലൻസിൽ പോറ്റിയോടൊപ്പം ഞാനും മോണോലിസയും കയറി ഹോസ്പിറ്റലിലെ പ്രഥമ ശ്രുശ്രൂഷയ്ക്കു ശേഷം സെൽവി അമ്മാൾ ഡിസ ചാർജ് ചെയ്യപെട്ടു. ഈ സമയമത്രയും പോറ്റി ഞങ്ങളുടെ ആരുടേയും മുഖത്തു നോക്കിയില്ല അവരെ വീട്ടിൽ ഇറക്കിയിട്ട് ഞങ്ങൾ ഓഫീസിലേയ്ക്ക് പോയി.

മടക്കയാത്രയിൽ മോണോലിസ എന്നോടാ വലിയ രഹസ്യം പറഞ്ഞു നമ്മുടെ പോറ്റി സാർ ഒരു സംശയ രോഗിയാണ്. അയാൾക്ക് അയാളുടെ ഭാര്യയെ വലിയ സംശയമാണത്രെ ജോലിക്കു വരുമ്പോൾ പുള്ളിക്കാരിയെ ഉള്ളിലാക്കി പുറത്തു നിന്നും ഫ്ലാറ്റ് പൂട്ടിയാണത്രെ ഓഫീസിൽ വന്നിരുന്നത് അത് കൊണ്ടാണ് എല്ലാവരും രക്ഷപെട്ടിട്ടും സെൽവി അമ്മാൾ മാത്രം കെട്ടിടത്തിൽ കുടുങ്ങി പോയത്. പോലിസ് ചോദിച്ചപ്പോൾ അവർ ഉറങ്ങി പോയെന്നു നുണ പറഞ്ഞു പോറ്റിയെ രക്ഷിക്കുകആയിരുന്നത്രെ അല്ലെങ്കിൽ പോറ്റി സാർ ജയിലിൽ പോയേനെയത്രേ. ഈ സമയമത്രയും കൂടായെണ്ടായിരുന്ന എന്നേക്കാൾ ഘ്രാണ ശക്തിയിൽ ഇത്രയും കാര്യങ്ങൾ മൊണാലിസ എങ്ങനെ കണ്ടെത്തി എന്നതിൽ എനിക്കതിശയം തോന്നി.

മോണോലിസ ഓഫീസിൽ എല്ലാവരോടും പോറ്റി സാർ തളത്തിൽ ദിനേശൻ ആണെന്ന ആ വലിയ സത്യം രഹ്യസമായി വെളിപ്പെടുത്തി. കേട്ടവർ കേട്ടവർ അന്തം വിട്ടു മൂക്കത്ത് വിരൽ വെച്ചു വായിൽ വിരലിട്ടാലും കടിക്കാത്ത നിരുപദ്രവകാരിയായ മനുഷ്യന് ഇങ്ങനെ ഒരു മുഖമുണ്ടെന്ന് ആർക്കും വിശ്വസിക്കാൻ ആയില്ല.. എന്തായാലും പോറ്റി സാർ പിന്നെ ഓഫീസിൽ വന്നത് ഒരു ലീവിന് അപ്ലൈ ചെയ്യുന്നതിനായിരുന്നു. എം ഡി സ്നേഹപൂർവ്വം വിലക്കിയിട്ടും അയാൾ അവധി വാങ്ങി നാട്ടിലേയ്ക്കു പോയി. സാധാരണ അനുവദിച്ച അവധി കഴിഞ്ഞിട്ടും അയാൾ മടങ്ങിയെത്തിയില്ല സഹപ്രവർത്തകരെ അഭിമുഖീകരിക്കുന്നതിലുള്ള മടി കൊണ്ടാവും അയാൾ ജോലി ഉപേക്ഷിച്ചതെന്ന ധാരണയിൽ ഞങ്ങൾ അയാളെ മറന്നു.

മായാപുരത്തേയ്ക്കു ലീവിനു പോയി മടങ്ങി വന്ന വിനായകൻ പോറ്റിയെ പറ്റിയുള്ള നിഗൂഢതകളുടെ കലവറ ഞങ്ങൾക്കു മുന്നിൽ തുറന്നു വെച്ചു. ഗാർഹീക പീഡനകേസിൽ പോറ്റി സാർ ഇപ്പോൾ തമിഴ് നാട്ടിലെ ജയിലിലാണ് സെൽവി അമ്മാൾ വിവാഹ മോചനത്തിനുള്ള അപേക്ഷയും കൊടുത്തു കാത്തിരിക്കുന്നു മേമ്പൊടി പോലെ വിനായകൻ ഒരു രഹസ്യം കൂടി പറഞ്ഞു അന്നു തീ പിടിച്ച ഫ്ലാറ്റ് തുറന്നപ്പോൾ ശെൽവി അമ്മാളിനൊപ്പം മറ്റൊരാൾ കൂടി ഉണ്ടായിരുന്നത്രെ അതാണ് എല്ലാ പ്രശ്നങ്ങളുടെയും തുടക്കം. പെട്ടന്ന് എന്റെ മനസ്സിൽ ഓടി വന്നതു വടക്കുനോക്കി യന്ത്രമെന്ന ശ്രീനിവാസൻ സിനിമയുടെ അന്ത്യ രംഗമാണ്. ഒരു പറ്റം വാഴക്കൂട്ടത്തിലേയ്ക്കു ടോർച്ചടിച്ചു കൊണ്ടു ആക്രോശിച്ചു പായുന്ന പോറ്റി സാർ...

വിടുതലൈ കണ്ണദാസ് ഫ്രം ട്രിങ്കോമാലി

വിടുതലൈ പുലികളുടെ ഏറ്റവും ശക്തമായ കടുനായിക് വിമാനത്താവള ആക്രമണത്തിന് ശേഷം ശ്രീലങ്കൻ സേന നടത്തിയ പ്രത്യാക്രമണങ്ങൾ ശക്തമായപ്പോൾ കുടുംബത്തിലെ ഒറ്റ മക്കൾ ഉള്ളവരെ ഒക്കെ വിദേശത്തയച്ച് വരുമാനത്തിൽ പകുതി പുലികൾക്ക് എന്ന ധാരണ അനുസരിച്ചാണ് മുരുകേശൻ മകൻ കണ്ണദാസനെ ഗൾഫിലേയ്ക്ക് അയക്കുന്നത്. പിറന്ന നാടിന്റെ മോചനത്തിനായി ജീവൻ ബലികൊടുത്ത മൂന്നു സഹോദരൻ മാരുടെ ബാലിദാനത്തിനുള്ള കൃതജ്ഞത എന്നോണം ആയിരുന്നു ആ പ്രവാസം. അടിച്ചമർത്തപെട്ട ബാല്യ കൌമാരങ്ങളിൽ മുഴങ്ങിയ വെടിയൊച്ചകളും കണ്ടുമടുത്ത ചോരപാടുകളും വിട്ടു സമാധാനത്തിന്റെ പുതിയൊരു ലോകമായിരുന്നു കണ്ണൻ എന്ന വിളിപേരുള്ള കണ്ണദാസനു ഗൾഫ്. പറയത്തക്ക വിദ്യാഭ്യാസമോ ലോകപരിചയമോ ഇല്ലാതെ ഗ്രമാന്തരങ്ങളിൽ ജനിച്ച് ജീവിച്ച തമിഴ് പയ്യനു ആദ്യമൊക്കെ ഞങ്ങളുടെ ലോകം തികച്ചും ഒരു അന്യ ഗ്രഹം തന്നെ ആയിരുന്നു. ഒരു പാടു ഭാഷ സംസാരിക്കുന്നവരുടെ ഇടയിൽ കടിച്ചാൽ പൊട്ടാത്ത ശ്രീലങ്കൻ തമിഴുമായി കണ്ണൻ പുതിയ ജീവിതം തുടങ്ങുകയായി.

ചെറിയ പ്രായം ആയതുകൊണ്ടോ എന്തോ കണ്ണൻ വേഗം ജോലിയൊക്കെ വശമാക്കി. പക്ഷെ തമിഴ് വിട്ടൊരു കളി കണ്ണനു വഴങ്ങില്ല ജാവേദ് ഭായ് എന്നാ പാകിസ്ഥാനി പഠിച്ച പണി പതിനെട്ടും നോക്കി കണ്ണനെ ഉർദു പഠിപ്പിക്കാൻ ജാവേദ് ഭായി വേഗം തമിഴ് പഠിച്ചു എന്നല്ലാതെ പ്രത്യേകിച്ച് പ്രയോജനം ഒന്നും ഉണ്ടായില്ല. അതങ്ങനെയാണ് തമിഴർക്കു അവരുടെ ഭാഷ അമ്മയാണ് അത് വിട്ടു ഒന്നവർക്കു ഇമ്മിണി ബുദ്ധിമുട്ടാണ്. ഒന്നാം തിയതി ചെല്ലയ്യൻ വരും ചെല്ലയ്യൻ പുലികളുടെ എജെന്റ് ആണ് ശമ്പളം വന്നാലുടൻ നിശ്ചയിക്കപ്പെട്ട തുക വാങ്ങി അയാൾ പോകും ഇതുപോലെ പല ക്യാമ്പിലും ഇവർക്ക് ആളുകൾ ഉണ്ട് അവിടെ എല്ലാം ചെല്ലയൻ തന്നെ ചെന്നു പണം വാങ്ങണം. ഒന്നു രണ്ടു മാസം ആവർത്തിച്ചപ്പോൾ ഞങ്ങളിൽ ഒരാൾ കണ്ണനോട് ചോദിച്ച

എന്തിനാ നീ അധ്വാനിക്കുന്ന പൈസ ഇങ്ങനെ വല്ലവർക്കും കൊടുക്കു ന്നെ ? നല്ല തമിഴിൽ കണ്ണൻ പറയാൻ തുടങ്ങി

ഇത് വന്ത് എന്നുടെ തായ് നാടിനു വേണ്ടി ഉയിര് വെച്ച പോരടിക്കു ന്നവർക്ക് വേണ്ടി, കരണ്ടും വെള്ളവും നിഷേധിക്കപെട്ട പിറന്ന മണ്ണിൽ പര ദേശി ആയി ജീവിക്കുന്ന ജനസമൂഹത്തിന്റെ മോചനത്തിന് വേണ്ടി... കണ്ണൻ വാചാലനായി, വേലുപ്പിള്ള പ്രഭാകരൻ കണ്ണനു കടവുൾ ആയി രുന്നു. കിടക്കുന്ന കട്ടിലിനു ചുറ്റും പ്രഭാകരന്റെ പല വിധത്തിലുള്ള ചിത്ര ങ്ങൾ അയാൾ പതിച്ചിരുന്നു. ഉറങ്ങുമ്പോഴും ഉണരുമ്പോഴും അയ്യാ കട വുളേ എന്നാ വിളിയോടെ പ്രഭാകരനെ തൊഴുതു നിൽക്കുന്ന കണ്ണൻ ഞങ്ങൾക്ക് ഒരു അത്ഭുത മനുഷ്യൻ തന്നെ ആയിരുന്നു.

ചെല്ലയ്യ വന്നാൽ ഒരു ദിവസം മുഴുവൻ ചർച്ചയാണ് നാട്ടിലെ വിശേ ഷങ്ങൾ കണ്ണനെ ധരിപ്പിക്കുന്നതും പോരാട്ടത്തിന്റെ അപ്പോൾ അപ്പോ ൾ ഉള്ള വിവരങ്ങൾ ചെല്ലയ്യ അറിയും ഒരു നാൾ ചെല്ലയ വന്നു പോയ തിനു ശേഷം കണ്ണൻ ആരോടും ഒന്നും മിണ്ടിയില്ലെന്നു മാത്രമല്ല ജല പാനം പോലും കഴിച്ചില്ല. രജപക്സേ പ്രസിഡന്റ് ആയശേഷം പുലിക ളെ സൈന്യം നിർദാക്ഷിണ്യം അടിച്ചമർത്തുകയാണ്. കണ്ണന്റെ അപ്പാ മുരുകെശനെ ലങ്കൻ സേന അറസ്റ്റ് ചെയ്തു ജയിലിൽ അടച്ചിരിക്കുന്നു. അമ്മ ട്രിങ്കോമാലിയിൽ ഒരു ദുരിതാശ്വാസ ക്യാമ്പിൽ അന്തേവാസി ആയി കഴിയുകയാണ് ഇതെല്ലാം കേട്ടിട്ട് കണ്ണൻ എങ്ങനെയാണ് ഉറ ങ്ങുക. ഉണ്ണാതെ ഉറങ്ങാതെ എന്തെങ്കിലും അസുഖം വരുത്തി വെക്കുമെ ന്ന ഭയം ഞങ്ങളെ അലട്ടിയപ്പോഴാണ് ഞങ്ങളവന്റെ രക്ഷകർത്വം പേറു ന്ന ചെല്ലയ്യനെ റൂമിലേയ്ക്ക് വിളിപ്പിച്ചത്. ചെല്ലയൻ വന്നതും ഞങ്ങൾ പറ ഞ്ഞു ഇപ്പടി തിന്നാതെയും കുടിക്കാതെയും ഇരിക്കാൻ പറ്റില്ല ഏതാവതു പ്രോബ്ലം അന്നാ ആനാ കണ്ണൻ ഊരുക്കു പോയി വരട്ടെ വന്നിട്ട മൂന്നു നാലു വർഷം കഴിഞ്ഞില്ലേ.

മറ്റൊരക്ഷരം ഞങ്ങളോടു പറയാതെ ചെല്ലയ്യ കണ്ണനെ വിളി ച്ച മാറ്റി നിർത്തി കുറെ നേരം അടക്കം എന്തൊക്കയോ സംസാരിച്ചു. ചെല്ലയ്യൻ പോയ ശേഷം കണ്ണൻ മൌനം വെടിഞ്ഞു ചെല്ലയ്യ എന്തോ പറഞ്ഞവനെ ശരിക്കും വിരട്ടിയിരിക്കുന്നു. യുദ്ധം മുറുകുകയാണ് ട്രിങ്കോ മാലിയും ജാഫ്നയും കടന്നു ലങ്കൻ സൈന്യം മുന്നേറി കഴിഞ്ഞു. ചെല്ലയ്യ പടി വാങ്ങാൻ വന്നിട്ട മൂന്നു മാസം കഴിഞ്ഞിരിക്കുന്നു നാട്ടിൽ നടക്കുന്ന കാര്യങ്ങളെ പറ്റി സൺ ടി വി കാണിക്കുന്ന അപൂർണങ്ങൾ ആയ വാ ർത്തകൾ അല്ലാതെ വിശ്വസനീയമായ വാർത്തകൾ അറിയാതെ കണ്ണ ൻ വീർപ്പുമുട്ടുകയാണ്.

അന്നൊരു മെയ് 18 ആയിരുന്നു റൂമിൽ നിന്നും വലിയ ഒരു അലർച്ച കേട്ട് ഞങ്ങൾ ഓടിയെത്തിയതും വാഴതടി വെട്ടിയിട്ടപോലെ കണ്ണൻ നി

ലത്തു വീണു കിടക്കുന്നു. മുഖത്തു വെള്ളം തളിച്ചയാളെ ഉണർത്തുമ്പോഴാണ് ടി വി യിലെ ഫ്ലാഷ് ന്യൂസ് ഞങ്ങളുടെ ശ്രദ്ധയിൽ പെട്ടത് വേലുപിള്ള പ്രഭാകരൻ കൊല്ലപെട്ടു!! ആ ഞെട്ടിക്കുന്ന ന്യൂസിന്റെ ആഘാതത്തിൽ ആവണം കണ്ണൻ ബോധരഹിതനായി നിലത്തു വീണത്. ബോധം വിട്ടുണരുമ്പോഴൊക്കെ അയാൾ അയ്യാ അയ്യാ എന്നു വലിയവായിൽ നിലവിളിച്ചുകൊണ്ടു കട്ടിലിൽ തല ചേർത്തു അടിച്ചു കൊണ്ടിരുന്നു. ഒരു ബന്ധവും ഇല്ലാത്ത ഒരു മനുഷ്യൻ മരിച്ചതിനു ഇത്രയേറെ ദുഃഖം എന്തിനെന്നു ഞങ്ങൾ മലയാളികൾക്ക് അത്ഭുതം ആയിരുന്നു എം ജി ആർ മരിച്ചതിൽ മനം നൊന്തു നൂറുകണക്കിന് പേർ മരിച്ചതായി മുൻപു പത്രത്തിൽ വായിച്ചതോർമ്മ വന്നു. അന്നു റൂമിൽ ഞങ്ങൾ ആരും ഉറങ്ങിയില്ല കണ്ണൻ കടവുൾ പോയ ലോകത്തേക്ക് പോകാതിരിക്കാൻ ഉറക്കം ഒഴിഞ്ഞു ഞങ്ങളവനു കാവലിരുന്നു.

പിറ്റേന്നു മുതൽ കണ്ണൻ പണിക്കു ഇറങ്ങിയില്ല രണ്ടു ദിവസത്തിന് ശേഷം മൂന്നു മാസത്തെ ശമ്പളം വേലു പിള്ള പ്രഭാകരന്റെ ഫോട്ടോയ്ക്ക് മുൻപിൽ വെച്ച് വീര ചരമം പ്രാപിച്ച എഴൈ തലൈവരേ സാഷ്ടാംഗം നമസ്കരിച്ചു കണ്ണൻ പുറത്തു പോയി. പിന്നെ ഞങ്ങൾ കണ്ണനെ കാണുന്നത് പോലീസ് മോർച്ചറിയിൽ എംബാം ചെയ്യാനായി കാത്തുകിടക്കുന്ന വിറങ്ങലിച്ച ശ്രുപത്തെ സൂക്ഷിച്ചിരുന്ന പ്ലാസ്റ്റിക് കവർ തുറന്നു മുഖം കാട്ടുമ്പോൾ ആയിരുന്നു. ആത്മഹത്യ ചെയ്ത ഭീരുവിന്റെ ഭാവമല്ലായിരുന്നു കണ്ണന്റെ മുഖത്തപ്പോൾ, പിന്നെയോ പ്രസ്ഥാനത്തിന് വേണ്ടി ജീവത്യാഗം ചെയ്ത പോരാളിയുടെ കരുത്തായിരുന്നു.

മുനിസ്വാമി

ജ്വരം പിടിച്ച കിടന്ന നാഗരത്തിനം പിച്ചം പെയ്യം പറയും പോലെ അതു തന്നെ പറഞ്ഞു കൊണ്ടിരുന്നു.

മുനി സാമി ഇരന്തിട്ടില്ലെ, യാരുമേ അവനെ കൊലപണ്ണിയിട്ടില്ല !

സഹ മുറിയന്മാരെല്ലാം ആവർത്തിച്ച ചോദിച്ചിട്ടും അയാൾ കൂടുതലൊന്നും പറഞ്ഞില്ല. പനി പഴകി ടൈഫോയ്ഡ് ആയിരിക്കുന്നോ എന്ന സംശയത്തെ തുടർന്ന അയാളെ ആശുപത്രിൽ അഡ്മിറ്റ് ചെയ്തിരിക്കുന്നു. ആശുപത്രി കിടക്കയിലും ഒരു സുകൃത ജപം പോലെ അയാളാ വാക്കുകൾ ഉരുവിട്ടുകൊണ്ടേയിരുന്നു.

മുനി സാമി ഇരന്തിട്ടില്ലെ, യാരുമേ അവനെ കൊലപണ്ണിയിട്ടില്ല !

സർക്കാർ ഹോസ്പിറ്റലിലെ മലയാളി നേഴ്സ് നാട്ടിലെ എന്റെ അയൽവാസിയും മനഃശാസ്ത്രത്തിൽ ഡിപ്ലോമക്കാരിയുമാണ് അവരുവഴി ഇയാളീ പറയുന്നതിന്റെ അർത്ഥം ഗ്രഹിക്കാൻ ഞാനൊന്നു ശ്രമിച്ചു നോക്കി. മരണശയ്യയിൽ കിടക്കുന്ന രോഗികൾ ഒരു ദർശനം പോലെ കാണുന്ന എന്തോ വിചിത്രത മാത്രമാണിതെന്ന അവരുടെ ഒഴുക്കൻ മട്ടിലുള്ള മറുപടി എന്നെ തൃപ്തനാക്കിയില്ല. അയാൾ ഇവിടെ കിടന്നു മരിച്ചു പോയേക്കുമെന്നു ഞാൻ ഭയപ്പെടുന്ന ഈ അവസ്ഥയിൽ ഇയാളെ നാട്ടിലേക്കയയ്ക്കുക ശ്രമകരവും ചിലവേറിയതുമാണ്. മരിച്ചാലും സ്ഥിതി തദൈവയാണെന്നറിയാവുന്ന ഞാൻ വരുന്നതു വരുന്നിടത്തെന്ന നിലയിൽ ആശുപത്രിയിലെ സ്ഥിരം സന്ദർശകനായി. നാഗപട്ടണം ജില്ലയിലെ മയിലാട്ടും തുറൈയിലെ പാപനാശം എന്ന ഗ്രാമത്തിൽ നിന്നും വരുന്ന നാഗരത്തിനം ഒന്നാംതരം പാചകക്കാരനാണ്. കമ്പനി മെസ്സിലെ പാചക ശാലയായുടെ ചുമതലക്കാരനായി കൂടിയിട്ടിപ്പോൾ നാലു വർഷം കഴിയുന്നു. വന്നിട്ടിന്നേ വരെ അയാൾ അവധിക്കപേക്ഷിച്ചിരുന്നില്ല. അവധി ചോദിച്ചാൽ വേറെ ആളെ തെരയേണ്ടി വരുമെന്നതിനാൽ ഞാനും അയാളെന്താണ് നാട്ടിൽ പോകാത്തതെന്തെന്നോ മറ്റുമുള്ള കാര്യങ്ങളും അന്വേഷിച്ചതുമില്ല.

കമ്പനി പടമടക്കം പത്രത്തിൽ നൽകിയ പരസ്യം കണ്ടു കൊണ്ടൊരാൾ ഒരു ദിവസം ആശുപത്രിയിൽ അയാളെ തിരക്കി വന്നു. അർ

ദ്ധ ബോധത്തിൽ കഴിയുന്ന നാഗരത്തിനത്തിന്റെ കിടക്കയ്ക്കരികിലിരുന്നയാൾ പൊട്ടിക്കരഞ്ഞു. നാഗരത്തിനം അയാളുടെ അന്ത്യ ശയ്യയിൽ ആണെന്നു തോന്നുമാറ് മുരളലുകൾ നേർത്തു നേർത്തു വന്നു കൊണ്ടേയിരുന്നു. നാഗരത്തിനത്തിനെ തേടി വന്നയാൾ അയാൾക്കരികിൽ ഒരു സഹായിയായി കൂടിയതിൽപ്പിന്നെ എന്റെ ജോലിഭാരം പകുതിയായി കുറഞ്ഞിരിക്കുന്നു. അയാളുടെ പരിചരണം നാഗരത്തിനത്തെ ജീവനും മരണത്തിനും ഇടയിലുള്ള നൂൽപ്പാലത്തിൽ നിന്നും വിശാലമായ ജീവിത വീഥിയിലേയ്ക്കു നടക്കുമെന്നുറപ്പായപ്പോൾ അപരിചിതൻ എന്നോടൊരു യാചന പോലൊരാവശ്യം മുന്നോട്ടു വെച്ചു.

സാർ ഇവങ്കളെ കൂട്ടി എനക്ക് ഊരുക്ക് കളമ്പണം !

ആരോഗ്യം ജീവൻ അതേതുമേ ഇനി മേ ഭയപ്പെട വേണ്ട !

ജീവിതത്തിലേയ്ക്ക് തിരിച്ചു വന്നെങ്കിലും നാഗരത്തിനം പരിക്ഷീണനാണ്. ഒന്നോ രണ്ടോ മാസം വിശ്രമം അയാൾക്കു കൂടിയേ തീരു. അപരിചിതൻ മുന്നോട്ടു വെച്ച നിർദേശത്തെ എതിർക്കാൻ തക്ക ഒരു കാരണവും ഞാൻ കാണുന്നില്ല. ബാക്കി ചികിത്സ ഇന്ത്യയിൽ എന്ന വ്യവസ്ഥയിൽ അദ്ദേഹം അർഹിക്കുന്ന എല്ലാ ആനുകൂല്യങ്ങളും വിമാനത്തിൽ കിടക്കയടങ്ങുന്ന ഒരു സീറ്റുംസർവ്വ ആനുകൂല്യങ്ങളും നൽകി കമ്പനി രാജോചിതമായി നാഗരത്തിനത്തിനെ നാട്ടിലേയ്ക്കു കയറ്റി വിട്ടു. ഇനിയൊരിക്കലും നാഗരത്തിനം എന്ന തമിഴൻ തിരികെ വരില്ല എന്നെന്റെ മനസ്സപ്പോൾ പറയുന്നുണ്ടായിരുന്നു.

എല്ലു തിളപ്പിയ്ക്കുന്ന ചൂടിൽ നിന്നും നാടും നഗരവും മരവിപ്പിക്കുന്ന മഞ്ഞിലേയ്ക്കു ചുവടുമാറിയിരിക്കുന്നു. നാഗരത്തിനം എന്നൊരാൾ ഞങ്ങളുടെ കൂടെ ഉണ്ടായിരുന്നു എന്ന തോന്നൽ തന്നെ എനിക്കില്ലാതായിരിക്കുന്നു. നൂറ്റി എൺപതു ദിവസത്തിനകം അവധിക്കു പോയ ആൾ തിരികെ വന്നില്ലെങ്കിൽ അയാളുടെ വിസ ഔദ്യോഗികമായി റദ്ദാക്കപ്പെടും. നൂറ്റി എഴുപത്തി ഒൻപതാം ദിവസം രാവിലെ ഞാൻ ഓഫീസിൽ ചെല്ലുമ്പോൾ അയാളെന്നെ കാത്തിരിപ്പുണ്ട്.

നാഗരത്തിനം !!!

മരണത്തെ തോൽപിച്ചയാൾ മടങ്ങി വന്നിരിക്കുന്നു. ഞാൻ അത്ഭുതത്തോടെ അയാളെ ആശ്ലേഷിച്ചു. അയാൾ നിറഞ്ഞ സന്തോഷത്തിൽ പാസ്പോർട്ട് എന്റെ നേരെ നീട്ടി.

നിങ്ങളുടെ ചങ്ങാതി വലിയ ഉപകാരമായിരുന്നു കേട്ടോ, നിങ്ങളുടെ ജീവനു അയാളോടു നിങ്ങൾ എന്നും കടപ്പെട്ടിരിക്കും ആരായിരുന്നു അയാൾ.

നൻപൻ സാർ, തലൈവരുടെ കീഴിൽ ഞങ്ങൾ ഒന്നിച്ചുണ്ടായിരുന്നു അഞ്ചു കൊല്ലം, പത്ര പരസ്യം കണ്ടു തലൈവർ അയച്ചതാണവ

നെ, തലൈവർ എന്നുടെ കടവുൾ അവരാലെ മറ്റു താൻ ഞാൻ ഉയിരോടെ ഇരിപ്പേ !

ഇയാളെ ജീവനോടെ എപ്പോഴെങ്കിലും തിരികെ കിട്ടിയാൽ ചോദിക്കണമെന്നു ഞാൻ മനസ്സിൽ കരുതിവെച്ച ചോദ്യ ഒരു വാളു പോലെ എന്റെ മനസ്സിലൂടെ മിന്നി. രത്തിനം നിങ്ങൾ ജ്വരം വന്നപ്പോൾ മുനിസ്വാമി എരന്തിട്ടില്ല, അവരെയാരും കൊലപണ്ണിയിട്ടില്ല എന്നു പറഞ്ഞു കൊണ്ടേ ഇരിക്കുകയായിരുന്നു.

ആരായിരുന്നു ആ കൊല ചെയ്യപ്പെടാത്ത മുനിസ്വാമി ?

എന്റെ ചോദ്യം അയാളുടെ കണ്ണുകളിൽ ഭയത്തിന്റെ ചിലന്തി വല കെട്ടുന്നതു പോലെ എനിക്കു തോന്നി.

അത് ഏതുമേ ഇല്ല സാർ ഞാൻ വരട്ടുമാ ! അയാൾ പോകാൻ തിടുക്കം കൂട്ടി.

നിങ്ങൾ പോയതായാളുടെ അടുത്തേയ്ക്കായിരുന്നു അല്ലേ !

ഇനിയുമെന്നോടൊന്നും ചോദിക്കരുതെന്ന ഭാവത്തിൽ അയാൾ തല കുനിച്ചു നിന്നു.

ആരാണ് മരിക്കാതെ ജീവിച്ചിരിക്കുന്ന ആ പ്രസിദ്ധൻ, നിങ്ങളുടെ ഗുരു !!!

സാർ അതൊരു സീരിയസ് മാറ്റർ, റൊമ്പ റൊമ്പ സീരിയസ്, നീങ്ങ നിർബന്ധിച്ചാൽ ഞാൻ പേരു മാത്രം പറയാം അതിനു മുന്നോട്ടൊന്നും എന്നോടു ചോദിക്കില്ലന്ന ഉറപ്പിന്മേൽ മാത്രം, ഉറപ്പാണോ ? അയാളെന്റെ കണ്ണുകളിലേയ്ക്ക് നോക്കി, മുൻപിത്ര തീക്ഷ്ണമായ ഒരു നോട്ടം ഞാൻ നേരിട്ടിട്ടില്ല എന്നു തോന്നി.

ഉറപ്പ്, പിൻ ചോദ്യങ്ങൾ ഉണ്ടാവില്ല, കടവുൾ സത്യം !!!

കൂസൈ മുനി സ്വാമി അഥവാ വീരപ്പൻ.

സത്യമംഗലം കാടുകളെ വിറപ്പിച്ച സാക്ഷാൽ വീരപ്പൻ ഇപ്പോഴും...

ഒരായിരം ചോദ്യങ്ങൾ എന്റെ ഹൃദയത്തിലേയ്ക്കെറിഞ്ഞു തന്നിട്ടായാൾ വാതിൽ തുറന്നു പുറത്തേയ്ക്കിറങ്ങി ശരം കണക്കെ നടന്നു പോയി...

പട്ടാള വേഷം

കിതപ്പ മാറാതെ പാണ്ട്യരാജൻ എന്റെ മുന്നിൽ നിന്ന പട്ടി അണ യ്ക്കും പോലെ അണച്ച പാതി പൊതിഞ്ഞെടുത്ത ഉച്ച ഭക്ഷണം അപ്പോഴ മവൻ മാറോടണച്ച പിടിച്ചിരുന്നു.

എന്താ കാര്യം ? എന്റെ ചോദ്യത്തിനു മുന്നിൽ അണപ്പ കൊണ്ട യാൾ ഉത്തരം പറയാൻ പാടു പെട്ടു.

ഇരിക്ക വിശ്രമിച്ച ശേഷം കാര്യം പറഞ്ഞാൽ മതി, ഞാനയാളെ തോളിൽ തട്ടി ആശ്വസിപ്പിക്കാൻ ശ്രമിച്ചു ദൂരേയ്ക്ക് തിരിഞ്ഞു നോക്കി, എന്റെ വാക്കുകൾക്കു ചെവികൊടുക്കാതെ അയാൾ മുന്നോട്ടോടി, സം ഭവിച്ചതെന്തെന്നറിയാതെ തല വായുവിൽ ചുഴറ്റി ഞാൻ സകല ദിക്കി ലേക്കും നോക്കി. ദൂരെ നിന്നും രണ്ടു പട്ടാളക്കാർ ഓടി വരുന്നു എന്നെ കണ്ടതും രണ്ടു പേരും സ്വിച്ചിട്ട പോലെ നിന്നു.

ആരെങ്കിലും ഒരാൾ ഇതിലെ ഓടി പോകുന്നതു കണ്ടോ ? എന്റെ തൊഴിലാളിയാണ് കുറച്ചു മുൻപോടിപ്പോയ പാണ്ട്യ രാജൻ ! അയാ ളെന്തെങ്കിലും കുറ്റം ചെയ്തിരിക്കണം. ശുദ്ധനും ശ്രീലങ്കൻ തമിഴനുമായ അയാൾ എന്റെ അറിവിൽ അങ്ങനെ കുറ്റ വാസനയുള്ള ആളല്ല. എന്തെ ങ്കിലും ഗുരുതരമായ കുറ്റം ചെയ്തിട്ടുണ്ടാവണം അല്ലാതെ അയാളെ പട്ടാള ക്കാർ ഓടിക്കില്ല. എന്നോടു സംസാരിച്ചു നിൽക്കെ ഒരു പട്ടാളക്കാരൻ പാണ്ട്യ രാജനെ കണ്ടിട്ടെന്നോണം മുന്നോട്ടോടി. എവിടെയോ വെച്ച വർ അയാളെ കീഴ്പ്പെടുത്തി കൈ വിലങ്ങണിയിച്ചു. ഒരു സ്വപ്നം പോലെ കണ്മുന്നിൽ സംഭവിച്ചതൊന്നും വിശ്വസിക്കാതെ ഞാൻ നിൽക്കുമ്പോൾ മറ്റു തൊഴിലാളികൾ ഓടി എന്റെ അടുത്തെത്തി. ജോലി സ്ഥലത്തിനരി കിൽ എവിടെയോ തീ പിടിച്ചിരിക്കുന്നു ആ തീയണയ്ക്കാൻ ഫയർ ഫോ ഴ്സിന്റെ കൂടെ വന്ന അർദ്ധ സൈനീക കമാൻഡോകൾ ആണ് പാ ണ്ട്യ രാജനെ പിടികൂടിയിരിക്കുന്നത് ഇനി തീയിട്ടത് ഇയാളെന്ന നിഗമ നത്തിൽ ആയിരിക്കുമോ അവർ ഇയാളെ അറസ്റ്റ് ചെയ്തിട്ടുണ്ടാവുക!!!!!, കഷ്ടകാലത്തു ലതും പാമ്പായി കടിക്കും എന്നു പറയുന്നതു വെറുതെയ ല്ല ഇനി ഇതിനു പിന്നാലെ തൂങ്ങണം. ഒരു മണിക്കൂർ കഴിഞ്ഞു ആയില്ല എന്റെ മൊബൈൽ ഫോൺ ചിലച്ചു അയാളാണ് പാണ്ട്യ രാജൻ സാർ

കാപ്പത്തണം ഞാൻ ഒന്നുമേ ചെയ്യില്ല, പറഞ്ഞു പൂർത്തിയാക്കും മുൻപു ആരോ അയാളുടെ ഫോൺ തട്ടിപ്പറിച്ചു എന്നോടു സംസാരിച്ചു. നീ ഉടൻ വ്യവസായ മേഖലയിലുള്ള പോലീസ് സ്റ്റേഷനിൽ ഹാജരാകണം !!!! ഞാൻ ചെല്ലുമ്പോൾ പോലീസ് സ്റ്റേഷനിലെ ബെഞ്ചിൽ എ സി യുടെ തണുപ്പിൽ വിറച്ചു വിറങ്ങലിച്ചിരിക്കുകയാണ് പാണ്ട്യ രാജൻ.

പോലീസ് എന്നെ അടുത്തു വിളിച്ചു പറഞ്ഞു. ഇവനോടു ചോദിക്കുക എന്തിനാണ് ഞങ്ങളെ കണ്ടതും ഓടിയതെന്ന് !!! ഞാൻ പാണ്ട്യ രാജനു നേരെ തിരിഞ്ഞു നിന്നു എല്ലാം മനസ്സിലായവണ്ണം തല താഴ്ത്തി നിന്നവൻ പൊട്ടിക്കരഞ്ഞു. അവന്റെ കരച്ചിൽ കണ്ടു കലി കയറിയ പോലീസുകാരൻ ഉച്ചത്തിൽ ചീത്ത പറഞ്ഞു തുടങ്ങിയതും പാണ്ട്യരാജൻ പേടിച്ചു വായ തുറന്നു പറഞ്ഞു തുടങ്ങി.

ഭയം അണ്ണാ ! ഭയന്തിട്ടു മട്ടും താൻ ഓടിയത് പട്ടാള വേഷം എപ്പ പാത്താലും ഭയം വന്ത് ചാവിട മാതിരി..

പട്ടാളക്കാരുടെ വേഷം കണ്ടു പേടിച്ചിട്ടാണവൻ ഉണ്ടിരുന്ന ചോറു പൊതിയുമായി എഴുന്നേറ്റ് ഓടിയത്. ഞാൻ വിവരിച്ചതും അയാൾ പറഞ്ഞതുമെല്ലാം സത്യമാണെന്നു പോലീസിനു ബോധ്യം വന്നിരിക്കുന്നു. ഐ ഡി കാർഡിന്റെ കോപ്പി വാങ്ങി ഞങ്ങളെ പറഞ്ഞയയ്ക്കും മുൻപു ഞങ്ങൾക്കൊരോ കാപ്പി തരാനും അവർ മറന്നില്ല എതുക്ക് ഇന്ത മാതിരി അനാവശ്യ ഭയം ! പട്ടാളക്കാർ അവരുടെ ജോലി ചെയ്യാനല്ലേ

വന്നത് അതിനു നീ ഓടണോ ? എന്റെ ചോദ്യത്തിനു കുറച്ചു നേരം തല കുമ്പിട്ടിരുന്ന പാണ്ട്യ രാജൻ താഴ്ന്ന ശബ്ദത്തിൽ മറുപടി പറഞ്ഞു തുടങ്ങി.

എനക്ക് ഒൻപതു വയസ്സുള്ളപ്പോഴാണ് ഇന്ത്യൻ പട്ടാളക്കാർ അമ്മയെ ബലാത്സംഗം ചെയ്തു കൊല്ലുന്നത്. അതുക്കു ശേഷം എനക്ക് ഇന്ത ഡ്രസ്സ് പാത്താലേ ഭയം, ഭയങ്കരമാന ഭയം. പാണ്ട്യരാജൻ വലിയ കുറ്റം ചെയ്തവനെപ്പോലെ തല താഴ്ത്തിയിരുന്നു.

രാഷ്ട്രീയവും സാമൂഹികവുമായ ഒരു പാടു പ്രത്യാഘാതങ്ങൾ ഉണ്ടാക്കിയ ഇന്ത്യൻ സേനയുടെ ശ്രീലങ്കൻ അധിനിവേശത്തിനു രാജീവ് ഗാന്ധി മാത്രമല്ല പാണ്ട്യ രാജനെപ്പോലെ ചില പാവങ്ങളും ഇരയാക്കപ്പെട്ടിട്ടുണ്ടെന്ന അറിവിൽ എന്റെ വണ്ടി നിശബ്ദം ലേബർ ക്യാമ്പിനെ ലക്ഷ്യമാക്കി പാഞ്ഞു..

മഗ്ദലീനയുടെ പൂച്ച

വലിയ മൃഗസ്നേഹിയായ മലീൻ നല്ലതിനായി ഫിലിപ്പിൻസിലേയ്ക്ക് മടങ്ങും മുൻപ് എന്നോടൊരു സങ്കടം പറഞ്ഞു. കഴിഞ്ഞ ആറു കൊല്ലക്കാലം തന്റെ കൂടെ ഉണ്ടായിരുന്ന ലിയോണ എന്ന പൂച്ചയെ കൂടെ കൊണ്ടു പോകാനുള്ള പേപ്പർ വർക്കുകൾ ചെയ്തു കൊടുക്കണം. ആദ്യമായാണ് അങ്ങനെയൊരു ആവശ്യവുമായി ഒരാൾ സമീപിക്കുന്നത് അത് കൊണ്ട് തന്നെ അതിന്റെ നിയമ വശങ്ങളെപ്പറ്റി എനിക്കൊരു ധാരണയും ഉണ്ടായിരുന്നില്ല. സദാ പ്രസന്ന വതിയായി കഴിഞ്ഞ പത്തു കൊല്ലം മധുലീന നിറഞ്ഞ ചിരിയോടും അതിലേറെ പ്രസരിപ്പോടും ഞങ്ങളുടെ കൂടെ ഉണ്ടായിരുന്ന കുലീനവതിയാണ്. ഒരാളോടു പോലും കലഹിക്കാതെ മുഖം കറുപ്പിക്കാതെ സകല ബഹുമാനങ്ങളും എറ്റു വാങ്ങി ഒരായുസിന്റെ കുറച്ചു വർഷങ്ങൾ ഞങ്ങളോടൊപ്പം ആയിരുന്നവൾ അവസാനമായി വീട്ടിലേയ്ക്കു മടങ്ങുമ്പോൾ ആവശ്യപ്പെടുന്ന കാര്യം ഒരാവകാശം തന്നെയാണെന്നു എനിക്കു തോന്നിയതിനാൽ ഞാൻ സഹായിക്കാമെന്ന പൂർണ്ണ വാഗ്ദാനം നൽകി അവരെ മടക്കി.

നാട്ടിൽ തന്റെ ഭർത്താവിന്റെ ഉദരത്തിൽ കടന്നു കൂടിയ കാൻസർ മുഴകളാണ് എത്രയും വേഗം പ്രവാസം അവസാനിപ്പിച്ചു മനിലയിലേയ്ക്കു മടങ്ങാൻ മഗ്ദലീനയെ പ്രേരിപ്പിച്ചത്. സുഖലോലുപനും മഗ്ദലീനയുടെ പണം മുഴുവനും ധൂർത്തടിച്ചു കളയുന്നവനുമായ ഐവാനെക്കുറിച്ചു നല്ലതൊന്നും മഗ്ദലീനയ്ക്കു പറയാൻ ഉണ്ടായിരുന്നില്ലെങ്കിലും അവളയാളെ ജീവനു തുല്യം സ്നേഹിച്ചിരുന്നു. ശമ്പളം കിട്ടി രണ്ടു മണിക്കൂറുകൾക്കകം നാട്ടിലേയ്ക്കു പണം അയയ്ക്കാൻ മണി എക്സ്ചേഞ്ച് തേടി ഓടുന്ന മഗ്ദലീന അസൂയ ജനിപ്പിക്കും വിധം കുടുംബത്തെ സ്നേഹിക്കുന്നവളായിരുന്നു. ഓരോ ലീവ് കഴിഞ്ഞു വരുമ്പോഴുമവർ ഐവാനുണ്ടാക്കിയ പുതിയ കടത്തെപ്പറ്റി പറയും കള്ളു കുടിക്കാനും ചൂതു കളിക്കാനും മഗ്ദലീന അയക്കുന്ന പണം കൂടാതെ അയാൾ കാണുന്ന എല്ലാവരിൽ നിന്നും കടം വാങ്ങുക കൂടി ചെയ്യുമായിരുന്നു. കുത്തഴിഞ്ഞ ജീവിതത്തിന്റെ അവസാനമെന്നോണമാവണം ഉദരത്തിൽ കടന്നു കൂടിയ ഈ മുഴകളെന്നു മഗ്ദലീന പറയുമ്പോൾ കുഞ്ഞുങ്ങളെപ്പോലെ അവൾ കണ്ണുനീർ വാർത്തു കര

യുണ്ടായിരുന്നു.

പൂച്ചയെ വിമാനം കയറ്റുകയെന്നത് ഇമ്മിണി ശ്രമകരമായ ജോലിയാണെന്ന് ഞാൻ തിരിച്ചറിഞ്ഞിരിക്കുന്നു. അതിനു വേണ്ടിയുള്ള പേപ്പർ ജോലികൾ ഞാൻ വിചാരിച്ചതിലും സാവധാനമാണ് നീങ്ങുന്നത് കാരണം ഉദ്യോഗസ്ഥരിൽ പലർക്കും അതിനെപ്പറ്റിയുള്ള നടപടി ക്രമങ്ങൾ അജ്ഞാതമാണ്. ഒന്നിൽ നിന്നും മറ്റൊന്നിലേക്കെന്നവണ്ണം ഓഫീസുകൾ കയറി ഇറങ്ങി ഞാൻ മടുത്തിരിക്കുന്നു. മഗ്ദലീനയുടെ ലിയോണ എന്ന എന്ന പൂച്ചക്കുട്ടി എന്റെ പതിവ് ജോലിഭാരങ്ങൾക്കു മുകളിൽ ഒരധികപ്പറ്റായി മ്യാവൂ എന്നു കരഞ്ഞു കൊണ്ടിരുന്നു. മഗ്ദലീനയ്ക്കു പോകേണ്ട ദിവസം അടുത്തു വരുന്നു ലിയോണ ഇല്ലാതെ മഗ്ദലീനാ മനിലയിലേക്കുള്ള വിമാനം കയറില്ല എന്നെനിക്കു തോന്നി തുടങ്ങിയിരിക്കുന്നു. എന്റെ സർവ്വ പ്രയത്നങ്ങൾക്കും സർക്കാർ കാര്യം മുറതെറ്റിച്ചു ന്താൻ കഴിയാത്തതിൽ ഞാനും അതീവ ഖിന്നനായി.

നാട്ടിൽ ഐവാന്റെ ആരോഗ്യ നിലയിൽ വലിയ ഇടിവു വന്നിരിക്കുന്നു ലിയോണ എന്ന പൂച്ച കുട്ടിയാണോ ഭർത്താവ് ഐവനാണോ വലുതെന്ന

ചോദ്യത്തിനു മുന്നിൽ മഗ്ദലീന ഭർത്താവിനെ തിരഞ്ഞെടുത്തിരിക്കുന്നു. പക്ഷെ അവളൊരു ഉപായം കണ്ടെത്തി താൻ മടങ്ങി ആറാം പക്കം

നാട്ടിലേയ്ക്കു വരുന്ന ടിപ്സിയെന്ന നാട്ടുകാരിയുടെ കൈവശം ലിയോണയെ കൂട്ടിലാക്കി കൊടുത്തു വിടുക. ടിപ്സിയുമായി മഗ്ദലീന എന്നെ കാണാൻ വന്നു പൂച്ചകളെയും പട്ടികളെയും എന്നു വേണ്ട സകലമാന വസ്തുക്കളെയും ഭൂറോളം പേടിയുണ്ടായിരുന്ന ടിപ്സി അർദ്ധമനസോടെയാണത് സമ്മതിച്ചതെന്നു എനിക്കു തോന്നി. മഗ്ദലീന പോയി പേപ്പർ വർക്കുകൾ തീരും വരെ ലിയോണയെ എന്റെ കൈവശം സൂക്ഷിക്കണമെന്നൊരു നിബന്ധന അവർ വെച്ചു. നീരസത്തോടെയാണെങ്കിലും കാണാൻ ചേലുള്ള ലിയോണ അങ്ങനെ എന്റെ വീട്ടിലെ അതിഥിയായി.

ചില അനിശ്ചിത കാരണങ്ങളാൽ ലിയോണയുമായി വിമാനം കയറാമെന്നേറ്റ ടിപ്സിയുടെ ലീവ് ക്യാൻസലായിരിക്കുന്നു. ലോകത്തിന്റെ ഏതു കോണിലേയ്ക്കും ആരുമായും പറക്കാൻ സകല യോഗ്യതയുമുള്ള ലിയോണ എന്ന പൂച്ചക്കുട്ടി എന്റെ ഫ്ലാറ്റിൽ ഏകാന്തതയുടെ തടവുകാരി ആയിരിക്കുന്നു. നാട്ടിലെത്തിയ മഗ്ദലീനാ ഭർത്താവിന്റെ രോഗപീഡയുടെ പിറകെ പോയതിനാലാവണം ലിയോണയെപ്പറ്റി ഒരു മെസ്സേജിൽ പോലും പിന്നീട് അന്വേഷിച്ചതേയില്ല. ഒരു വൈകുന്നേരം ജോലി കഴിഞ്ഞു വന്നു ഫ്ലാറ്റ് തുറന്ന എന്നെ അത്ഭുതപ്പെടുത്തി ലിയോണ ഇടനാഴിയിലൂടെ ഇറങ്ങി പുറത്തേയ്ക്കോടി കുറച്ചു ദൂരം പിന്നാലെ പോയെങ്കിലും

അതി വിദഗ്ഗമായ മൃഗചാതുര്യത്താൽ അവളെന്നെ കബളിപ്പിച്ച എങ്ങോ പോയി ഒളിച്ചു. മഗ്ദലീനയും ലിയോണയെന്ന പൂച്ചക്കുട്ടിയും ഒരത്ഭുത കഥ തീരും പോലെ അവസാനിച്ചിരിക്കുന്നു.

കൃത്യം ഒരാഴ്ചയ്ക്ക് ശേഷം എന്റെ വാട്സ്ആപ്പിൽ ഒരു പൂച്ചക്കുട്ടിയുടെ ചിത്രമെത്തി. ഞാൻ അതിലേയ്ക്കു സൂക്ഷിച്ചു നോക്കി മൂന്നാഴ്ച മുന്നേ പുറപ്പെട്ടു പോയ ലിയോണയുടെ ചിത്രമായിരുന്നു അത്, ഏതോ വിദേശ നമ്പറിൽ നിന്നും ആരോ എന്തോ കുറെ നേരമായി ടൈപ്പ് ചെയ്യുന്നു ഞാൻ അക്ഷമയോടെ കാത്തിരുന്നു.

സാർ ഞാൻ മഗ്ദലീനയാണ് കഴിഞ്ഞ ദിവസം എന്റെ ഹസ്ബൻഡ് ഐവാൻ മരണപെട്ടു. ശവസംസ്കാരം കഴിഞ്ഞു മടങ്ങിയെത്തിയപ്പോൾ വീട്ടുപടിക്കൽ ഇവൾ ഉണ്ടായിരുന്നു. ടിപ്പി ഇനിയും എത്തിയിട്ടില്ല പിന്നെ ആരാണ് ഇവളെ ഇവിടെ എത്തിച്ചത് !!!

ഒരു വിറയൽ എന്റെ കാലുകളിൽ നിന്നും മുകളിലേയ്ക്കിരച്ചു കയറുന്നു

കൈയ്യിലുള്ള മൊബൈൽ താഴെ വീണു പോകാതിരിക്കാൻ ഞാൻ മുറുക്കി പിടിച്ചു. എന്റെ ഫോണിൽ ഇപ്പോൾ ബെൽ മുഴങ്ങുന്നു അല്ല ലിയോണ എന്ന പൂച്ചക്കുട്ടി അവളുടെ മഗ്ദലീനയെന്ന യജമാനത്തിയെ കണ്ട സന്തോഷത്തിൽ ഉറക്കെ കരയുകയാണ്...

മന്മഥയന്ത്രകൾ

പാതിരാവിന്റെ മൂന്നാം യാമം അപ്സരസുകളുമായി നൗകയിൽ മുന്നേറി കൊണ്ടിരുന്ന എന്റെ പ്രുഷ്ട്ടത്തിൽ പെരു വിരലും ചൂണ്ടു വിരലുമമർത്തി ഏലികുട്ടി ഒന്നു കിഴുക്കി. ഒഴുക്ക് ന്ഷ്ടപെട്ട സ്വപ്നത്തിന്റെ നൈരാശ്യത്തിലും കുണ്ടിയിൽ നിന്നടർന്നു പോയ മാംസ കഷണത്തിന്റെ വേദനയിലും ഞാൻ കട്ടിലിൽ ഇതി കർത്തവ്യതാ മൂഢനായി എഴുന്നേറ്റിരുന്നു. പിള്ളേരും പിറുങ്ങണീം ആയേ പിന്നെ ഒളിയും മറയും വേണ്ട സംസർഗങ്ങൾക്കു ഇതാണു പറ്റിയ സമയമെന്നു ഞങ്ങൾക്കിടയിലൊരു പരസ്പര ധാരണ ഉരുത്തിരിഞ്ഞിട്ടുണ്ടെന്നുള്ള സത്യം നിദ്രാ ദേവതയുടെ കടാക്ഷത്തിലായിരുന്ന എന്റെ ഹൈപ്പോ തലാമസിലൂടെ മിന്നി മറഞ്ഞതും ഞാൻ മുന്നിൽ കറങ്ങിയിരുന്ന പങ്കയുടെ ഗതി വേഗം അഞ്ചിലേയ്ക്കു കൂട്ടിയിട്ടു. പുറത്തു മഴ എന്തിനോ കൊതിച്ചു കാത്തു നിൽക്കുന്നു അറബി കടലിൽ ശക്തി പ്രാപിച്ചു വരുന്ന ന്യൂന മർദ്ദം ഇടിമുഴക്കത്തോടെ പേമാരിയും വെള്ളക്കെട്ടും ഉണ്ടാക്കിയെക്കുമെന്ന ഭയപ്പാടിലും ഞാൻ ഉഷാറായി ഗ്രഹണിപിടിച്ച പയ്യൻ ചക്ക കൂട്ടാൻ കണ്ടതുപോലെ അവളുടെ വക്ഷസ്സിലേയ്ക്ക് ആർത്തിയോടെ നോക്കി.

എല്ലാകാലവും വസന്ത കാലമല്ലെന്നു പഠിപ്പിച്ചത് മൂന്നാം ക്ലാസിലെ വേദപാഠം സാറാണ്. ഗ്രീഷ്മവും വസന്തവും ഇലപൊഴിക്കുന്ന ശിശിരവും ഋതു ഭേദങ്ങളുടെ അനിവാര്യതയാണെന്ന സത്യം അരക്കിട്ടു ഉറപ്പിച്ചു കൊണ്ടൊരു കലിപ്പുഭാവത്തിൽ ഏലിക്കുട്ടി എന്റെ കണ്ണുകളിലേയ്ക്കു കത്തുന്ന നോട്ടമെറിഞ്ഞു. ഇന്നലെ രാത്രി 11. 10 വരെ അറിഞ്ഞോ അറിയാതെയോ ഞാൻ ഒരു തെറ്റും അവളോടു ചെയ്തിട്ടില്ല. ഡാഡിവിത്സന്റെ മൂന്നാമത്തെ പെഗ്ഗിനു ശേഷം കഴിച്ച ഏലക്കായും വ്രിഗ്ലീസ് സ്പീർമിന്റ് ഗംമിനും മുകളിലൂടെ ചോർന്നു പോയ മദ്യത്തിന്റെ വാടയാവണം പാതിരാത്രിയിലെ ഈ പൂതനാ വദനത്തിന്റെ മൂലകാരണം എന്നൂഹിച്ചു ഞാനിരിക്കെ ഇടി ശബ്ദം പോലാ ചോദ്യം പത്തുക്കു പത്തുള്ള കിടപ്പ് മുറിയിൽ എക്കോയിട്ടു മുഴങ്ങി.

"നിങ്ങളാരെയെങ്കിലും നോക്കി സൈറ്റ് അടിച്ചിട്ടുണ്ടോ മനുഷ്യാ "

എന്തുപരീക്ഷണമാണ് തമ്പുരാനേ, നല്ല കിനാവും കണ്ടു ഉറങ്ങി കി

ടന്നിരുന്ന എന്നെ തോണ്ടി വിളിച്ചിട്ടു പച്ച പാതിരാത്രിയിൽ ചോദിക്കാൻ കണ്ട ചോദ്യം.

മുഖത്തു വന്ന അലോഹ്യം മറച്ചു വെച്ചു കൊണ്ടു ഞാനവളുടെ തോളിൽ കൈയ്യിട്ടു. അവളുടെ ചോദ്യത്തിനു ഉത്തരം പറഞ്ഞിട്ടു മതി ഇനിയെന്തുമെന്ന മട്ടിൽ അവളെന്റെ കൈ തട്ടി കിഴക്കൻ കാറ്റിന്റെ ദിശ നോക്കി എറിഞ്ഞു.

ഞാൻ ഓർമ്മകളിലേയ്ക്കു മുങ്ങാം കുഴിയിട്ടു എട്ടാം ക്ലാസിൽ പഠിക്കുമ്പോൾ വണക്ക മാസം കൂടാൻ വന്ന ജിൽജിൽ സെബാസ്റ്റിയനെ നോക്കിയായിരുന്നു എന്റെ ആദ്യത്തെ സൈറ്റടി. പിന്നീടങ്ങോട്ടുള്ള സാഹസീക ജീവിതത്തിനിടയിൽ സദ്ദാം ഹുസൈന്റെ സക്ക്ഡും ജോർജ്ജ് ബുഷിന്റെ പേട്രിയറ്റുംപോലെ ഒരു പാടു ബാണങ്ങൾ നിലം തൊടാതെ പാഞ്ഞിട്ടുണ്ട് അതൊക്കെ ഏലിക്കുട്ടി എന്ന പാലാക്കാരി പൊട്ടി പെണ്ണിനോടുപറയനൊക്കുവോ.

"ഇല്ലെടി ഇല്ലാ, ജീവിതത്തിൽ ഇന്നോളം ഒരു പെണ്ണിനേയും നോക്കി ഞാൻ കണ്ണിറുക്കിയിട്ടില്ല. അന്തോണീസ് പുണ്യാളനാണേൽ സത്യം "

കള്ളം പറയുമ്പോൾ ആണയിടാൻ അന്തോണീസ് പുണ്യാളനയെ കൂട്ടുപിടിക്കു. ചില്ലറ കള്ളങ്ങൾക്കൊക്കെ പുണ്യാളൻ കണ്ണടച്ചു കളയുമെന്ന വിശ്വാസം കുഞ്ഞു നാളിലേ ഉള്ളിൽ പരുവ പെട്ടിട്ടുള്ളതാണ്. മോഹൻദാസ് ഗാന്ധിയെപ്പോലെ മര്യാദാ പുരുഷോത്തമനും സണ്ണി ലെയോണിനെപ്പോലെ അനാഘ്രത കുസുമവുമാണ് തന്റെ മുന്നിലിരിക്കുന്ന സ്വന്തം ഭർത്താവെന്ന അറിവിൽ ഏലിക്കുട്ടി ആനന്ദാശ്രു പൊഴിക്കുന്നത് ഞാൻ ഒളികണ്ണിട്ടു നോക്കി.

ചേട്ടാ എന്നാ ഞാനൊരു സത്യം പറയട്ടെ, ഇച്ചിരെ മുന്നെ ഞാൻ കണ്ട സ്വപ്നത്തിൽ, സ്വപ്നത്തിൽ...

ഒന്നു നിർത്തി ആദ്യ രാത്രിയിലെ നാണം മുഖത്തു പുനരവതരിപ്പിച്ചു കൊണ്ടവൾ വീണ്ടും മൊഴിഞ്ഞു.

ചേട്ടൻ ന്നെ നോക്കി അറഞ്ചം പറഞ്ചം സൈറ്റടിക്കുന്നു.

ഒരു സൈറ്റടിക്കുമോ ചേട്ടാ !!!!!

ഇപ്പോഴോ ??

ഉം !!!!

ഇടതു കണ്ണിറുക്കി വലതു കണ്ണു തുറന്നു നിക്കായിയുടെ ഷട്ടർ ക്യാമറ തുറന്ന പോലെ മൂന്നാലഞ്ചെണ്ണം ഒരുമിച്ചു മിന്നി. ഇതേ സൈറ്റടിയിലാണ് ചക്കിട്ടവീട്ടിലെ റോസമ്മ ചാക്കോ അണപ്പല്ലു അടിച്ചു കൊഴിച്ചതെന്നു ഓർമ്മകൾ എന്നോടു പറയുന്നു. എന്റെ സൈറ്റടിയിൽ മയങ്ങിയ ഏലിക്കുട്ടിയിപ്പോൾ മറ്റെന്തിനോയുള്ള തയ്യാറെടുപ്പുകൾ നടത്തു

കയാണ്.

പുറത്തെ മഴ പേമാരിയാകുന്നു, ഹൃദയം കൊണ്ടുനിന്റെ ഹൃദയത്തെ തൊടാൻ കഴിയാത്തതിനാൽ എലിക്കുട്ടീ നിന്റെ കടക്കണ്ണിന്റെ കടാക്ഷം കൊണ്ടെന്നെ നീ മലർത്തിയടിക്കെടീ...

സരിത കോടതി കയറുന്നു

സുലേഖ അരി സപ്ലൈകോയിൽ പോയി വാങ്ങാൻ അമ്മ പറഞ്ഞ തനുസരിച്ചാണ് രാവിലെ വണ്ടിയെടുത്തു ടൗണിലേയ്ക്കു ഇറങ്ങിയത്. ജില്ലാ കോടതിയെത്തിയതും വലിയ ആൾക്കൂട്ടം ഏതോ പ്രമാദമായ കേസിന്റെ വാദം ഇന്നുണ്ടാവും, ട്രാഫിക്കിൽ വണ്ടി നിന്നപ്പോൾ ധൃതിയിൽ അക ത്തേയ്ക്ക് ഓടി കയറുന്ന കിളവൻ മൂപ്പിൽസിനെ പിടിച്ചു നിർത്തി ചോദിച്ചു.

ഇന്നെന്തു കേസാ അമ്മാവാ..

അറിഞ്ഞില്ലേ, ഇന്ന് സരിതയുടെ കേസാ വിചാരണ, ഇപ്പോൾ കൊണ്ടു വരും,

പറഞ്ഞു പൂർത്തിയാകാൻ നിൽക്കാതെ ബിരിയാണി വിതരണം നടക്കുന്നതറിഞ്ഞു പായുന്ന ഗ്രഹണി പിടിച്ച പയ്യനെപോലെ കിളവൻ ഓടി അകത്തു കയറി. എട്ടു ക്ലിപ്പിൽ ആറിലും സരിതയെ വിസ്തരിച്ചു കണ്ടി ട്ടുണ്ടെങ്കിലും നേരിൽ കാണാൻ ഒരു പൂതി വണ്ടി ഓടിച്ചു ജില്ലാ കോടതി ക്കകത്തുള്ള ഉറക്കം തൂങ്ങി മരത്തിനു അടിയിൽ പാർക്കു ചെയ്തിട്ട് അക ത്തേയ്ക്ക് കയറി.

പണ്ട് യേശു ക്രിസ്തു വരുന്നത് കാണാൻ ചുങ്കക്കാരനായ സക്കേവൂ സ് സ്വക്കയാ മരത്തിന്റെ മുകളിൽ കയറി ഇരുന്നതു പോലെ ചിലർ മര ത്തിന്റെ തുഞ്ചത്ത് ജീവൻ പണയം വെച്ച് കാത്തിരിക്കുന്നു. ആദ്യമായാ ണ് ഞാൻ കോടതി കയറുന്നത് ഒരു കൌതുകത്തിനു വെറുതെ അകത്തു കയറി ഹരികൃഷ്ണൻസിലും നരസിംഹത്തിലും മമ്മൂട്ടി വാദിച്ചതു പോലെ യാണോ ഈ വക്കീലന്മാർ കോടതികളിൽ വാദിക്കുക.

അകത്തു കയറി, വക്കീലന്മാരുടെ കസേരയ്ക്കരികെ പോലീസുകാ രോട് ചേർന്നൊരു കസേര ഒഴിഞ്ഞു കിടക്കുന്നു ഓടി പോയി അതിൽ ഇരുന്നു. പ്രതി ചാടിപോയ കേസിൽ പോലിസിനെ വിസ്തരിക്കുകയാ ണ് വക്കീൽ. രസമുള്ള കാഴ്ച തന്നെ എങ്കിലും സരിത ഇവിടെ തന്നെ ആവുമോ വരിക. അടുത്തിരുന്ന വക്കീലിനെ തോണ്ടി

ചേട്ടാ സരിതയുടെ കേസ് എപ്പോഴാ ??

ഇവനേതു കോത്തെഴുത്ത്കാരനെടാ എന്ന മട്ടിൽ അവജ്ഞയോ ടെ അയാൾ രൂക്ഷമായി എന്നെ നോക്കി. വാദം പൊടി പൊടിക്കുന്നു

വക്കീൽ പോലീസുകാരനെ നിർത്തി വെള്ളം കുടിപ്പിക്കുന്നു.

പെട്ടന്നതാ ഒരു പാട്ട് "നയാ പൈസയില്ല കൈയ്യിലൊരു നയാ പൈസയില്ലാ നഞ്ചു വാങ്ങി തിന്നാൻ പോലും നയാ പൈസയില്ല " എന്റെ ഹൃദയമിരിക്കുന്ന ഭാഗത്ത് നിന്നാണാ പാട്ട് വരുന്നതെന്ന സത്യം ഞെട്ടലോടെ ഞാൻ മനസിലാക്കി ജഡ്ജി അടക്കം എല്ലാവരും എന്നെ തന്നെ നോക്കുന്നു. പാറാവിരുന്ന പോലീസുകാരൻ വന്നെന്റെ പോക്കറ്റിൽ നിന്ന് ഫോണെടുത്തു ജഡ്ജിയെ ഏൽപ്പിച്ചു. അളിയൻ ഗൾഫിൽ നിന്നും കൊണ്ട് വന്ന പുത്തൻ സാംസങ്ങ് എസ് 3 ഫോൺ ജഡ്ജി വാങ്ങി കൈയ്യിൽ വെച്ച ശേഷം തിലകന്റെ ഗൗരവത്തിൽ ഒരു ചോദ്യം എനിക്ക് നേരെയെറിഞ്ഞു.

കോടതി മുറിയിൽ ഫോൺ ഉപയോഗിക്കാൻ പാടില്ല എന്ന് അറിഞ്ഞു കൂടെ ?

സരിതയെ കാണാനുള്ള ആഗ്രഹത്തിൽ ഇങ്ങനെ ഒരു സാധനം പോക്കറ്റിൽ ഉള്ള കാര്യം ഞാൻ മറന്നു പോയി പ്രഭോ...

കോടതി പിരിയും വരെ ഇവിടെ നിൽക്കുക ഉത്തരവ് ഉടൻ വന്നു.

വക്കീലന്മാർ ദയനീയമായി എന്നെ നോക്കി പ്രതിക്കൂടിനു താഴെ ഒരു മരപ്പാവയെ പോലെ കോടതി വിധിച്ച ശിക്ഷ ഏറ്റു വാങ്ങി ഞാൻ നിൽക്കുമ്പോഴും ഉള്ളിൽ ഒരു കുളിരുണ്ടായിരുന്നു സരിതയെ തൊട്ടടുത്തു കാണാം അച്ഛൻ ഇശ്ചിച്ചതും സരിത, ജഡ്ജി കൽപ്പിച്ചതും സരിത എന്ന മട്ടിൽ കനവു കണ്ടങ്ങനെ നിൽക്കെ പുറത്തൊരു കൂക്ക് വിളി കേട്ടു. സരിതയെത്തിയിരിക്കുന്നു ഇനിയും വിളിക്കാൻ കേസുകൾ ഒരു പാടുണ്ട് കാലു കഴചൊടിയുന്നു ഇരുന്നാലോ, നിൽക്കാനാണ് വിധി ഇനി ഇരുന്നാൽ കൊലക്കയർ വിധിച്ചു കളയും ദുഷ്ടൻ ജഡ്ജി. ഇരുന്നില്ല കുറച്ചു കഴിഞ്ഞതും ഞാൻ ആ സത്യം തിരിച്ചറിഞ്ഞിരിക്കുന്നു. ഞാൻ നിൽക്കുന്ന കോടതി ബ്ലോക്കിലല്ല സരിതയുടെ വിസ്താരം അണ്ഡകടാഹം പോലെ വലിപ്പമുള്ള കോടതി വളപ്പിൽ പൈനായിരം കേസുകൾക്കും പന്തീരായിരം ബ്ലോക്കുകളിലായി വിചാരണയുണ്ടെന്നും അതിനും മാത്രം ജഡ്ജിമാരുണ്ടെന്നും അന്നാദ്യമായി ഞാൻ അറിഞ്ഞു. വലയിൽ അകപ്പെട്ട ജന്തുവിനെപ്പോലെ ദയനീയമായി ഞാൻ ജഡ്ജിയുടെ മുഖത്തേയ്ക്കു നോക്കി ചോദിച്ചു.

സാറേ ഒരു മിനിട്ട് ഞാൻ ആ സരിതയെ ഒന്നു കണ്ടിട്ടു വരാം. എന്റെ ജീവിതാഭിലാഷമാണ് പ്ളീസ്...

എന്തോ വലിയ അപരാധം ചെയ്തപോലെ വക്കീലന്മാർ തലയിൽ കൈവെചിരുന്നു. ജഡ്ജി ബെഞ്ച് ക്ലാർക്കിനെ വിളിച്ചു എന്തോ പറഞ്ഞു അയാൾ വന്നു എന്നോടു ഒരു വെള്ള കടലാസിൽ മാപ്പപേക്ഷ എഴുതി കൊടുക്കാൻ പറഞ്ഞു. ഞാൻ അനുസരിച്ചു ജഡ്ജി എന്റെ ഫോൺ വിട്ടു

തന്നു. ജീവ പര്യന്തം തടവു ശിക്ഷ കഴിഞ്ഞിറങ്ങിയവനെപ്പോലെ ഞാൻ പുറത്തിറങ്ങി പക്ഷെ പുറത്തു ജനക്കൂട്ടമില്ല സരിതയും ടീമും വിസ്താരം കഴിഞ്ഞു പോയിരിക്കുന്നു. സപ്ലൈകോയിൽ സുലേഖ അരി വാങ്ങുന്നതിനിടയിൽ ഒരു പിടി അരി കൈയ്യിലെടുത്തു ഞാനൊരു പ്രതിജ്ഞയെടുത്തു.

ആറ്റുകാൽ അമ്മച്ചിയാണേ ഇടപ്പള്ളി പുണ്യാളനാണേൽ ഇനിമേലിൽ വീട്ടിലേയ്ക്ക് അരി വാങ്ങില്ല അതും സുലേഖ അരി...

പോർട്ട ക്യാബിൻ

ആറു മാസത്തെ ഇടവേളയ്ക്കു ശേഷം കമ്പനി പുതിയ കരാറിൽ ഒപ്പു വെച്ചിരിക്കുന്നു. ഭാവി തന്നെ അനിശ്ചിതത്വത്തിലായിരുന്ന ഇരുപത്തി അഞ്ചോളം തൊഴിലാളികളുടെ കുടുംബങ്ങളിൽ പ്രത്യാശയുടെ പൊൻ വെട്ടം പിറന്നിരിക്കുന്നു. റാസ് അൽ ഖൈമയിൽ നിന്നും നൂറു കിലോമീറ്റർ അകലെ ഒമാൻ അതിർത്തിയിലുള്ള ഒരു ഗ്രാമ പ്രദേശത്തെ സർക്കാർ ധനസഹായത്തിൽ നിർമിക്കുന്ന വീടുകളുടെ ഉപ കരാറിലാണ് കമ്പനി ഒപ്പു വെച്ചിരിക്കുന്നത്. പ്രാഥമീക ജോലികൾക്കായി അവിടെ താമസിച്ചു ജോലി ചെയ്യുന്നതിനായി രണ്ടു പേരെ അങ്ങോട്ടയയ്ക്കണം. മരുഭൂമിയുടെ ഉള്ളകമാണ് എങ്കിലും റാസ് അൽ ഖൈമ എന്നു കേട്ടപ്പോൾ സർദാർ സുർജിത് സിംഗ് ചാടിയെഴുന്നേറ്റു കൈ പൊക്കി. എന്നും രണ്ടെണ്ണം വിടാതെ ഉറങ്ങാൻ കഴിയാത്ത സർദാറിന്റെ മദ്യപാന ശീലം ക്യാമ്പിൽ ഉണ്ടാക്കിയ പൊല്ലാപ്പുകൾ പലതാണ്. അവിടെയാകുമ്പോൾ ആരെയും പേടിക്കാതെ സാധനം വാങ്ങാം കുടിക്കാം. സർദാർ എഴുന്നേറ്റതോടെ മറ്റു തൊഴിലാളികൾ എല്ലാവരും തന്നെ സന്തോഷത്തോടെ ഇരിപ്പിടത്തിൽ ഇരുന്നു. സർദാറിനു കൂട്ടായി ഒരാൾ കൂടി വേണം കള്ളു കുടിച്ചാൽ സകലരെയും തെറി വിളിക്കുകയും വഴിയേ പോകുന്ന വഴക്കു ഏണിവെച്ചു കയറി വാങ്ങുന്നവനുമായ സർദാറിനൊപ്പം താമസിക്കാൻ ആരു തയ്യാറാകും. ഞാൻ സകല മുഖങ്ങളിലേയ്ക്കും പ്രതീക്ഷയോടെ കണ്ണു കളെറിഞ്ഞു എല്ലാവരും എന്നെ വിളിക്കരുതേ എന്ന പേടിയിൽ തല താഴേയ്ക്കു താഴ്ത്തിയിരുന്നു. രണ്ടാമത്തെ നോട്ടത്തിൽ എന്റെ കണ്ണുകൾ അവനിൽ ഉടക്കി നിന്നു മനീഷ് ഗോപകുമാർ. യാതൊരു ദുശീലവുമില്ലാത്ത കഴിവും കാര്യപ്രാപ്തിയുമുള്ള ഉർജ്ജസ്വലനായ യുവാവാണയാൾ. രണ്ടു മദ്യപന്മാരെ ഒരുമിച്ചൊരിടത്തു താമസിപ്പിക്കുന്നതിലും ഭേദം രണ്ടു വിരുദ്ധ സ്വഭാവക്കാരെ ഒരു കൂരയ്ക്ക് കീഴിൽ പാർപ്പിക്കുകയാണെന്ന എന്റെ രസതന്ത്ര ജ്ഞാനം റാസ് അൽ കൈമയിലേയ്ക്കു പോകുന്ന രണ്ടാമനായി മനീഷിനെ തിരഞ്ഞെടുത്തു.

ജോലി ആരംഭിച്ചിരിക്കുന്ന രാത്രിയും പകലും സൈറ്റിൽ താമസിച്ചു പാർക്കാൻ ഒരു ഷെഡ് ഉണ്ടാക്കണം അതാണ് പ്രാഥമീക ജോലി അതി

നായുള്ള ഒരുക്കങ്ങൾ തുടങ്ങുന്നതിനിടയിൽ ഒരപരിചിതൻ എന്നെ തേടി വന്നു. എന്നെ കണ്ടതും രണ്ടു കൈയും കൂപ്പി തമിഴിൽ അഭിവാദ്യം ചെയ്തു. ജോലി തേടി വന്ന ആരെങ്കിലും ആവണമെന്ന മുൻവിധിയോടെ ഞാൻ അയാളെ പ്രത്യഭിവാദ്യം ചെയ്തു.

സർ മലയാളം കൊഞ്ചം കൊഞ്ചം അറിയും എൻ ഊരു സേലം തമിഴിൽ ശൊല്ലാട്ടുമാ ?

മുഖവുരയിട്ടു അയാൾ കാര്യം അവതരിപ്പിച്ചു തുടങ്ങി.

ഒരു കൈ വായുവിൽ മേലോട്ടുയർത്തി കാര്യം പറയാൻ ഞാൻ ആംഗ്യം കാട്ടിയതും അയാൾ വായിൽ കിടന്ന പാൻ പരാഗിന്റെ വാസന മുറുക്കാൻ പുറത്തേയ്ക്കു തുപ്പി. ഒരു കൈ കൊണ്ടു വായ പൊത്തി എനിക്കു നേരെ തിരിഞ്ഞു നിന്നു. തലയ്ക്കു മുകളിൽ സൂര്യൻ പൊരിഞ്ഞു തുടങ്ങുന്നു ഇത്തരം ഉൽമരുഭൂമികളിൽ ഉഷ്ണത്തിന്റെ കാഠിന്യം വളരെ കൂടുതലാണ്. വിയർപ്പിന്റെ ഗ്രന്ധികളിൽ പ്രളയം പോലെ പ്രവർത്തിക്കാൻ ആരംഭിച്ചിരിക്കുന്നു.

സാർ, നിങ്ങൾക്കു പോർട്ട ക്യാബിൻ വേണമാ ?

ഞാൻ തല കുടഞ്ഞു അയാളെ ഒന്നു കൂടി അടി മുടി നോക്കി ! മുഷിഞ്ഞ വസ്ത്രവും വായ നിറയെ മുറുക്കാനുമായി വന്ന തമിഴൻ സംസാരിക്കുന്നതൊരു വലിയ കച്ചവടത്തെപ്പറ്റിയാണ്. ഒരു ക്യാബിൻ കിട്ടിയാൽ രണ്ടു പേർക്കു സുഖമായി പണി കഴിയും വരെ താമസിക്കാം തട്ടി കൂട്ടുന്ന ഷെഡിൽ ഒരു പക്ഷെ ഇവരുടെ ജീവിതം ബുദ്ധിമുട്ടിൽ ആയേക്കുമെന്നു കണ്ട ദൈവത്തിന്റെ ഇടപെടലാകണമിത്. സംശയം മാറാത്തവനെപ്പോലെ ഞാൻ തമിഴനെ വീണ്ടും നോക്കി.

കിണ്ടൽ പണ്ണുതാ !!

അല്ല സാർ, എൻ കൂടെ വാ ഞാൻ കാണിച്ചു തരാം, കണ്ടു ഇഷ്ട്ടപ്പെട്ടാൽ മാത്രം വില തന്നു വാങ്ങിയാൽ മതി. പുതിയ ക്യാബിൻ സർ, ഏതോ കൊട്ടാരത്തിലെ ആവശ്യം കഴിഞ്ഞപ്പോൾ പൊളിച്ചു കളയാനായി ഉപേക്ഷിച്ചതാണത്.

ഞാൻ അയാളോടൊപ്പം അയാൾ പറഞ്ഞ സ്ഥലത്തേയ്ക്ക് നടന്നു. അധികം ദൂരയല്ലാതെ പഴയ സാധനങ്ങൾ സൂക്ഷിക്കുന്ന ഒരു യാർഡിലേയ്ക്ക് അയാളെന്നെക്കൂട്ടി കൊണ്ടുപോയി. അത്രയധികം പഴക്കമില്ലാത്ത രണ്ടുമുറികളും വാഷ് റൂമുമുള്ള ഒരു ഭംഗിയുള്ള പോർട്ട കാബിൻ. കൊട്ടാരത്തിൽ എന്തോ ആവശ്യത്തിനു വേണ്ടി മാത്രമായിരിക്കണം ഇതുപയോഗിച്ചിരിക്കുന്നതു. ഇത്തരം കച്ചവടക്കാരിൽ നിന്നും സാധനങ്ങൾ വാങ്ങിയാലുണ്ടാകാവുന്ന നൂലാമാലകളെപ്പറ്റി ബോധവാനായ ഞാൻ കമ്പനി വക്കീലിനെ വിളിച്ചു വരും വരായ്മകളെപ്പറ്റി അന്വേഷിച്ചു. നമ്മുടെ പണി തീരും വരെ ഒരു കരാർ അടിസ്ഥാനത്തിൽ അതവിടെ കൊണ്ടു

വെച്ച തരാൻ അയാളോടു പറയുക. ഉത്തരവാദിത്വങ്ങൾ ഒന്നും ഏൽക്കാതെ തന്നെ നമുക്കതു ഉപയോഗിക്കാം. തമിഴൻ ഞാൻ കൊടുത്ത തുക സന്തോഷത്തോടെ വാങ്ങി പറഞ്ഞ വ്യവസ്ഥയിന്മേൽ തലകുലുക്കി വക്കീൽ ഉണ്ടാക്കി തന്ന കരാറിനു കീഴിലെല്ലാം ഒപ്പം വെച്ചു. താൽക്കാലിക ഷെഡിനു പകരം സാമാന്യം സൗകര്യങ്ങളോടു കൂടിയ പോർട്ടാകാബിനിലേയ്ക്കു സർദാറും മനീഷും താമസം തുടങ്ങി.

താമസം തുടങ്ങി രണ്ടാം വാരത്തിൽ തന്നെ മനീഷിന്റെ പരാതി എന്റെ ചെവികളിലെത്തി. സർദാർ അമിതമായി മദ്യപിച്ചു രാത്രിയിൽ തന്റെ റൂമിന്റെ വാതിലിൽ കൊട്ടുന്നു. രാത്രിയുടെ രണ്ടും മൂന്നു യാമങ്ങളിൽ ഒരു കഴുകനെപോലെ അയാൾ.. ഞാൻ കമ്പനി തന്നെ ഉപേക്ഷിക്കും സർ, ആരോഗ ദൃഢഗാത്രനായ മനീഷ് ഒരു കൊച്ചു കുട്ടിയെപ്പോലെ വിതുമ്പി.

സർ ബോധം നശിച്ചാണ് ഞാൻ ഉറങ്ങുന്നത് ഉറങ്ങി കഴിഞ്ഞാൽ ആകാശം തലയിൽ വീണാലും ഞാൻ അറിയില്ല, മറ്റെന്തെങ്കിലും സാർ എനിക്കെതിരെ ആരോപിച്ചാലും സ്വവർഗ്ഗാനുരാഗി എന്നു മാത്രം എന്നെ വിളിക്കരുത്. കാരണം ഗുരു ഗോബിന്ദ് സിങിന്റെ കടുത്ത അനുയായിയാണ് ഞാൻ ഞങ്ങളുടെ മതം കർശനമായി വിലക്കിയിട്ടുള്ള പാപങ്ങളിൽ ഒന്നാണ് സ്വവർഗ്ഗ ഭോഗം. മനീഷിനെക്കാൾ വലിയ രണ്ടു ആൺ മക്കളുടെ പിതാവാണ് ഞാൻ. സർദാർ സുർജിത് ആരോപണങ്ങളെ നഖശികാന്തം ഖണ്ഡിച്ചു.

മരുഭൂമിയുടെ ഉള്ളകമാണ് കത്തി നിൽക്കുന്ന വികാര തീവ്രതയിൽ ഒരാൾ ഒരാളെ കൊന്നാൽ പോലും അറിയാൻ കഴിയാത്തത്ര ഒറ്റപെട്ടയിടം. സർദാർ ഇനിയിവിടെ തുടരുന്നതു അവരിരുവരുടെയും കമ്പനിയുടെയും ആരോഗ്യത്തിനു നല്ലതല്ലെന്ന തോന്നലിൽ സർദാർ മാതൃസ്ഥാപനത്തിലേയ്ക്കു തിരികെ വിളിപ്പിക്കപ്പെട്ടു. മനീഷിനു കൂട്ടായി മുർഷിദ് ആലം എന്ന ബംഗാളി യുവാവിനെ പോർട്ട ക്യാബിനിലെ സഹ മുറിയനായി കമ്പനി തിരഞ്ഞെടുത്തു മൂന്നാം നാൾ പോർട്ട കാബിനിലെ മുറിയിൽ ബോധരഹിതനായ നിലയിൽ അയാളെ കാണപ്പെട്ടു. അയാളുടെ ദേഹം മുഴുവൻ കാണപ്പെട്ട മാന്തികീറിയ നഖപ്പാടുകൾ കമ്പനിയെ ഒന്നാകെ ഭയപ്പാടിലാഴ്ത്തി. മനീഷ് മുൻപ് കള്ളം പറഞ്ഞതാകണമെന്നു മനീഷ് ആയിരിക്കണം ആ സ്വവർഗ്ഗ ഭോഗിയെന്നും സർദാറിനെ സപ്പോർട്ട് ചെയ്യുന്ന കുറച്ചു പേർ കമ്പനിയിൽ പ്രചാരണം തുടങ്ങി.

പ്രേത ബാധയുള്ള പോർട്ട ക്യാബിനാണ് തമിഴൻ തലയിൽ കെട്ടിവെച്ചിട്ടു പോയതെന്നു മനീഷ് തറപ്പിച്ചു പറഞ്ഞു. പിന്നീടും പല രാത്രികളിലും അസാധാരണമായ വിധം കാര്യങ്ങൾ സംഭവിച്ചു കൊണ്ടേയിരുന്നു. മുകൾ റോയിയെന്ന ബംഗാളീ കമ്മ്യൂണിസ്റ്റ് നാസ്തികൻ വെല്ലുവി

ളിയേറ്റെടുത്തു കാബിനിൽ താമസമാക്കി ഒരാഴ്ച ഒരു കുഴപ്പവുമില്ലാതെ അയാൾ അവിടെ കഴിഞ്ഞു. ഒരു രാത്രി വാതിലിൽ അസാധാരണമായ മുട്ടു കേട്ടു അയാൾ വാതിൽ മലർക്കെ തുറന്നു വെള്ളാരം കണ്ണുള്ള വെളുത്ത മുടികളുള്ള ഒരു പുരുഷൻ വേഗം അകത്തേയ്ക്കു കയറിയിരുന്നു മുകൾ റോയിയെ നോക്കി ചിരിച്ചു. അകലെ മരുഭൂമി അവസാനിക്കുന്ന താഴ്‌വരയിൽ പെട്രോളിങ്ങിനിറങ്ങിയ പൊലീസാണ് ബോധരഹിതനായ മുകൾ റോയിയെ ആശുപത്രിയിൽ എത്തിച്ചത്. കാബിനിൽ താമസിക്കാനിപ്പോൾ ആർക്കും സമ്മതമല്ല. ക്യാബിൻ എനിക്കു വിറ്റിട്ടു പോയ തമിഴനെത്തേടി ഞാൻ അയാളുടെ ഗാരേജിലേയ്ക്കു ചെന്നു. പഴയ ആക്രി സാധനങ്ങളുടെ വിശാലമായ ശേഖരം നിന്നിരുന്നയിടം നിറയെ പൂക്കളുള്ള ഒരു പൂന്തോട്ടമാണ്. ആ തോട്ടത്തിന്റെ കാവൽക്കാരനായ രോമകൂപങ്ങൾ പോലും വെള്ളികെട്ടിയ ഒരു പടുവൃദ്ധൻ സുഡാനിയാണ് ഞാൻ പറഞ്ഞ കഥകൾ കേട്ടിട്ടു പല്ലില്ലാത്ത മോണ കാട്ടി അയാൾ അങ്കുശമില്ലാതെ ചിരിച്ചു.

റാസ് അൽ ഖൈമ പ്രൊജക്റ്റ് പാതി വഴിയിൽ ഉപേക്ഷിക്കപ്പെട്ടു, ആർക്കു വേണ്ടാതെ മരുഭൂമിയുടെ മദ്ധ്യത്തിലിപ്പോഴും ആ പോർട്ടാകാബിൻ ഉണ്ടാവണം. ആരായിരുന്നു ആ തമിഴൻ, എവിടെ നിന്നാവും അയാൾക്കീ വിലകൂടിയ സ്ക്രാപ് ലഭിച്ചിട്ടുണ്ടാവുക. ഒരു പാടു നാളുകൾക്കിപ്പുറവും ഒരായിരം ചോദ്യങ്ങളുമായി എന്റെ മനസ്സിൽ ആ ആനക്കൊമ്പിന്റെ നിറമുള്ള പോർട്ടാകാബിൻ നിറഞ്ഞു നിൽക്കുകയാണ് ഒരു സ്വപ്നം പോലെ...

ഉറകെടാത്ത നന്മകൾ

കമ്പനി മുങ്ങുന്ന ഘട്ടം വന്നപ്പോഴാണ് ശാദി മുതലാളി അലമാരതുറന്നു പണ്ടു മടങ്ങിയ ചെക്കുകൾ എടുത്തു പുറത്തേക്കു ഇട്ടത്, ബിസിനസ് നല്ല രീതിയിൽ നടന്നിരുന്നപ്പോൾ മടങ്ങി വന്ന ചെറിയ ചെറിയ തുകയുടെ ചെക്കുകൾ ഒരു ഇരുപത്തഞ്ചോളം വരും അവ എന്റെ ടേബിളിനു മുകളിൽ ഇട്ടു കിട്ടാവുന്നവ മാർകെറ്റിൽ നിന്നും പിരിച്ചെടുക്കാൻ പറഞ്ഞു. പ്രതാപിയായ കാലത്തു കൈ അയച്ചു എല്ലാവരെയും സഹായിച്ചിരുന്ന മഹാനുഭാവനായ മനുഷ്യൻ ആയിരുന്നു ശാദി മുതലാളി, ആരെയും വിശ്വസിക്കുന്ന ഒരു പഞ്ച പാവം കരഞ്ഞും സങ്കടം പറഞ്ഞും പണം വാങ്ങി കൊണ്ടു പോയവർക്ക് കൈയും കണക്കുമില്ല ദൈവം തരുന്നത് മറ്റുള്ളവർക്കു കൂടി കൊടുക്കാൻ ആണെന്ന് പറഞ്ഞിരുന്ന ഉദാരമതിക്ക് ഇങ്ങനെ ഒരു അവസ്ഥ സ്വപ്നേപി ആരും പ്രതീക്ഷിച്ചിരുന്നതല്ല. വലിയ തുകക്കുള്ള ചെക്ക് മുതൽ ചെറിയ ചെക്കുകൾ വരെ ഓരോന്നായി ഞാൻ തരാ തരം മാറ്റി പതിനായിരത്തിന് താഴെ ഉള്ളവക്കു മാത്രമാണ് മടങ്ങിയിട്ടും ക്ലൈം ചെയ്യാതെ വെച്ചിരിക്കുന്നത്. മിക്കവയും ആയിരവും ആയിരത്തി അഞ്ഞൂറിനും ഇടയിൽ ഉള്ള ചെറിയ കച്ചവടക്കാർ വാങ്ങിയവ അറബി രാജ്യത്തെ നിയമം അനുസരിച്ച് കൊടുത്ത ചെക്ക് മടങ്ങിയാൽ കൊടുക്കുന്നയാൾ പണം കൊടുത്തു തീർത്താൽ കൂടി ജയിൽ ശിക്ഷ അനുഭവിക്കണം വിശ്വാസ വഞ്ചന എന്ന വലിയ ഒരു കുറ്റം ചെയ്തതിനാണ് ഈ ശിക്ഷ. ആയതു കൊണ്ടു തന്നെയാണ് നല്ലവനായ ശാദി മുതലാളി മടങ്ങിയ ചെക്കുകൾക്ക് പിന്നാലെ പോകാതിരുന്നതും. അള്ളാഹു തരുമ്പോൾ ഒരു പാവത്തെ നമ്മളായിട്ടു കുടുക്കണ്ട എന്നു കരുതി ഒരു കാരുണ്യം. ഇപ്പോഴും പോലീസിലോ കേസിനോ പോകാനല്ല ഒന്നു കൂടി അഭ്യർഥിച്ചു നോക്കാം കിട്ടുന്നവ കിട്ടട്ടെ എന്നൊരു ശ്രമം മാത്രം ഞാനും ഒരല്പം ടെൻഷനിൽ ആണ് കാരണം കമ്പനിയിലെ അവസാനത്തെ ആളാണ് ഞാൻ ബാക്കി എല്ലാവരെയും ഇതിനകം ക്യാൻസൽ ചെയ്തു പറഞ്ഞു വിട്ടു കഴിഞ്ഞു. ആറായിരത്തിന്റെ രണ്ടു ചെക്കുകൾ ഒരേ കമ്പനിയുടെ മടങ്ങിയിരിക്കുന്നു അതിൽ നിന്നും തുടങ്ങാം തിരിച്ചു പിടുത്തം എന്ന തീരുമാനത്തിലേയ്ക്കു ഞാനെത്തി.

ബൂട്ട എന്ന മുഹമ്മദ് ബൂട്ടയുടെ കമ്പനിയുടെ പേരിൽ ഉള്ള ചെക്കു കൾ ആണ് മടങ്ങിയ രണ്ടും ഞങ്ങൾ തുടങ്ങിയ കാലം തൊട്ടേ ബൂട്ട ഞങ്ങളുടെ വിശ്വസ്തനായ കസ്റ്റമർ ആയിരുന്നു ഒരു കാരണവശാലും മട ങ്ങാൻ സാധ്യതയില്ലാത്ത ചെക്കുകൾ. ആറുമാസമായി അയാളെ പറ്റി ഒരു വിവരവും ഉണ്ടായിരുന്നില്ല ഞാൻ നമ്പർ നോക്കി ഡയൽ ചെയ്തു. അപ്പുറത്ത് ഒരു കിളിനാദം ബാബാ കുറച്ചായി കിടപ്പിൽ ആണ്, മകൾ ആണു മറുപടി പറഞ്ഞത്.

അദ്ദേഹത്തോട് സംസാരിക്കാമോ?

ഇല്ല അദ്ദേഹത്തിന് തീരെ വയ്യ

കടക്കാരു വരുമ്പോൾ പത്തായത്തിൽ ഒളിച്ചിട്ടു മക്കളെ കൊണ്ടു അപ്പൻ ഇല്ല എന്ന് പറയുന്ന നമ്മുടെ നാട്ടു നടപ്പും കിട്ടുന്നതിൽ പാതി എന്റെ സർവീസ് പൈസയും ആകും എന്ന ചിന്ത എന്നെ ബൂട്ടയെ പി ന്തുടരാൻ തീരുമാനിച്ചു ഷാർജയിൽ വ്യവസായ മേഖല ഒന്നിൽ എവി ടെയോ ആണയാളുടെ ഷോപ്പ് അതു തപ്പി പിടിച്ചു കണ്ടെത്തിയപ്പോൾ അവിടം അടഞ്ഞു കിടക്കുന്നു, അടഞ്ഞു കിടക്കുന്നു എന്നു മാത്രം പറ ഞ്ഞാൽ പോര പുറത്തു മുനിസിപാലിറ്റി വക ഒരു ചുവപ്പ് നോട്ടീസും, അടു ത്തു കണ്ട ബാക്കാലയിൽ കയറി അന്വേഷിച്ചപ്പോൾ ബൂട്ട പൊട്ടി പാളീ സായ വിവരം കുറച്ചു പുച്ഛത്തോടെ ആണയാൾ പറഞ്ഞത്. സാറ് ഏതു ബാങ്കിന്റെ ആളാ അല്ല കുറച്ചു നാളായി ബാങ്കുകാർ മാത്രമേ ബൂട്ടയെ അന്വേഷിച്ചു വരാറുള്ളൂ അവരെയെല്ലാം ഞാൻ കൃത്യമായി വീടിലെയ്ക്കുള്ള വഴി പറഞ്ഞു കൊടുത്തു വിടാറും ഉണ്ട് മലയാളിക്ക് മാത്രം ചെയ്യാൻ കഴി യുന്ന ഉപകാരം ഒരു ജ്യൂസ് വാങ്ങി പന്ത്രണ്ടായിരത്തെ അതിന്റെ പാട്ടി നു വിടാം എന്ന് ചിന്തിച്ചു പുറത്തേക്കു ഇറങ്ങുമ്പോൾ അയാൾ പിറകെ വിളിച്ചു അല്ല സാറിനു ബൂട്ടയുടെ വീട് അറിയേണ്ട വീട്ടിൽ ചെല്ലുന്നോർ ക്കെല്ലാം കുറച്ചെങ്കിലുംകാശ് കൊടുത്തു വിടുന്നുണ്ട് എന്നാണ് കേട്ടത്. കുറചെങ്കിൽ കുറച്ചു എത്ര കിട്ടിയാലും കിടുന്നത് ഉപകാരം അയാൾ പറ ഞ്ഞ വഴി ലക്ഷ്യമാക്കി ഞാൻ നടന്നു.

ഹസാർ വില്ല പാകിസ്ഥാനികളുടെ കേന്ദ്രമാണ് അവിടെ നസീമ ബിലിംഗ് മെറ്റീരിയൽ നടത്തിയ മുഹമ്മദ് ബൂട്ട എന്ന പാകിസ്താനിയെ അന്വേഷിച്ചു എത്തപെട്ടത് ഇടിഞ്ഞു പൊളിഞ്ഞു വീഴാറായ ഒരു വില്ലയു ടെ മുന്നിലാണ്. ഏകദേശം ഒരു പതിനഞ്ചു വയസുവരുന്ന ഒരു പെൺ കുട്ടി വന്നു വാതിൽ പാതി തുറന്നു.

ബാബ ആപ്കോ മിലനേ കേലിയെ കോയി ആയാ.. ആ കുട്ടി ഉച്ച ത്തിൽ വിളിച്ചു പറഞ്ഞു.

ആരാ വന്നത് ?

നല്ല ഉറുദുവിൽ മറുചോദ്യം ഞാൻ കമ്പനിയുടെ പേര് പറഞ്ഞു. അക

ത്തു കയറുമ്പോൾ ഞാൻ ഓർക്കുകയായിരുന്നു ലോഡ് കയറ്റാൻ വരു മ്പോൾ മണിക്കും ശ്യാമിനും നൂറു ദിർഹം ടിപ്പ് കൊടുക്കുന്ന ഹമ്മരിലും ബെൻസിലും മാറി മാറി വന്നിരുന്ന ബൂട്ട മുതലാളിയെ, എല്ലാവരോടു സ്നേ ഹത്തോടും ബഹുമാനത്തോടും പെരുമാറിയിരുന്ന കടുത്ത ദൈവഭയമു ള്ള ആ മനുഷ്യ സ്നേഹിക്കിതെന്തുപറ്റി ? കട്ടിലിൽ കണ്ട രൂപം എന്നെ കൂടുതൽ ദുഖിതനാക്കി മെലിഞ്ഞു ഉണങ്ങി നരച്ച താടിയുമായി പഴയ ബൂ ട്ടയിൽ നിന്നും നൂറുശതമാനം വ്യത്യസ്തമായൊരു വികൃതരൂപം ആറുമാ സം കൊണ്ട് ഒരാൾക്ക് ഇങ്ങനെ മാറാൻ കഴിയുമോ എന്നെ കൈപിടി ച്ച് കട്ടിലിനരുകിൽ ഇരുത്തി പറയാൻ തുടങ്ങി.

നീ കാണുന്നില്ലേ അല്ലാഹുവിന്റെ പരീക്ഷണത്തിൽ ആണ് ഞാനും കുടുംബവും, നന്നായി നടന്നിരുന്നപ്പോൾ കടം വാങ്ങാനും തരാനും ഒരു പാട് പേർ ഉണ്ടായിരുന്നു ഇപ്പോൾ ആഹാരം പോലും മറ്റുള്ളവരുടെ ദയ യിലാണ്. ഇവിടെയും പാകിസ്ഥാനിലും വിൽക്കാൻ ഉണ്ടായിരുന്നതെ ല്ലാം വിറ്റു. ഇനി കോടതി വിധി പറയേണ്ട മൂന്നു കേസുകൾ കൂടിയുണ്ട്. അതു തീർന്നാലേ രാജ്യം വിടാൻ ആവൂ. ബിസിനസ് കുറഞ്ഞു ഇല്ലാതെ ആയ സമയത്താണ് കടയിൽ നിന്ന ബംഗാളി പയ്യൻ ബാങ്കിൽ അട ക്കാൻ കൊടുത്തയച്ച അഞ്ചു ലക്ഷവുമായി മുങ്ങിയത്, അതോടെ അടി ത്തറ തകർന്നു പിന്നെ ഓരോന്ന് വീതം വിൽക്കുക മാത്രമായിരുന്നു പോംവഴി. ഇപ്പോൾ ഞാനും മകളും കുറെ ബാധ്യതകളും മാത്രം മുഖം മുഴുവനും കിടക്കയും കണ്ണീരു കൊണ്ട് നനഞ്ഞു മകൾ വന്നു നനഞ്ഞ തുണി കൊണ്ട് മുഖം തുടച്ചു ഞാൻ വന്ന കാര്യം പറയാൻ മറന്നിരിക്കുന്നു എങ്ങനെ പറയാൻ ഉരലിന്റെ സങ്കടം മദ്ദളത്തോട് പറഞ്ഞിട്ട് എന്ത് പ്ര യോജനം നിന്റെ മുതലാളി എന്ത് പറയുന്നു അയാൾ നല്ലവനാ അള്ളാ ഹു അവനെ എല്ലാ ആപത്തിൽ നിന്നും കാത്തു രക്ഷിക്കും ഞങ്ങളും കഴ ത്തോളം വെള്ളത്തിൽ മുങ്ങി നിൽക്കുന്നകാര്യം ബൂട്ടയോടു പറഞ്ഞി ല്ല ആറായിരത്തിന്റെ രണ്ടു ചെക്കുകൾ കനം തൂങ്ങുന്ന നോട്ടുകെട്ടുകൾ പോലെ എന്റെ പോക്കറ്റിൽ കിടന്നു വിങ്ങുന്നുണ്ടായിരുന്നു ബൂട്ടയോടു യാത്ര പറഞ്ഞിറങ്ങാൻ തുടങ്ങിയതും മുതലാളിയുടെ ഫോൺ വന്നു. ബൂ ട്ടയുടെ വീട്ടിലാണെന്നും വളരെ പരിതാപകരമായ അവസ്ഥയിൽ ആണ് അദ്ദേഹം എന്ന് പറഞ്ഞപ്പോൾ മറുതലക്കൽ നിന്നും ഒരു ചോദ്യം നീ ടെ ലിഫോൺ ബിൽ അടച്ചോ ? ഡിസ്കണക്ട് ചെയ്ത ടെലിഫോൺ ബില്ലട ക്കാൻ തന്ന രണ്ടായിരം ദിർഹം എന്റെ പോക്കറ്റിൽ ഇരിക്കുന്നു.

ഇല്ല സർ ഞാൻ ഉടനെ പോവാം.

വേണ്ട ആ പൈസ നീ ബൂട്ടക്ക് കൊടുത്തേക്കു

ഒരു നിമിഷം ഞാൻ സ്തബ്ധനായ് ടെലിഫോൺ ബിൽ അടക്കാൻ ഇത് ഒപ്പിക്കാൻ അവൻ പെട്ട പാട് എനിക്കറിയാം എന്നിട്ടിപ്പോൾ സർ

അത് വേണോ ഞാൻ വീണ്ടു ചോദിച്ചു.

ഡു ഇറ്റ് മാൻ ഗോഡ് ടേക്ക് യു ദെയ്ർ ടു ഹെൽപ്പ് ഹിം, ഇറ്റ് ഈസ് ഹിസ് വിൽ...

ഞാൻ അകത്തു കയറി പോക്കറ്റിൽ ഉണ്ടായിരുന്ന കാശ് ബുട്ടയുടെ കൈയിൽ പിടിപ്പിച്ചു അയാളെന്റെ രണ്ടു കൈയും നെഞ്ചോടു ചേർത്ത് പിടിച്ചു കരഞ്ഞു ഗതിയില്ലാത്തവന്റെ പ്രതിസമ്മാനം.

തിരിച്ചു ഞാൻ ഓഫീസിൽ എത്തുമ്പോൾ മൽബോറോ സിഗരറ്റിന്റെ അവസാന പുകയും ആഞ്ഞു വലിച്ചു ഇരിക്കുകയാണ് ശാദി മുതലാളി ഞാൻ ബുട്ടയുടെ ആറായിരത്തിന്റെ രണ്ടു ചെക്കുകളും തിരികെ ഏല്പിച്ചു അതും കിട്ടാനുണ്ടായിരുന്ന മറ്റു ഇരുപതോളം ചെക്കുകളും വാങ്ങി കസേരയ്ക്കു താഴെ വിടർത്തിയിട്ടു ഒരു ചെക്കെടുത്ത് സിഗരട്ടിലെ തീയിലേയ്ക്ക് ആഞ്ഞു വലിച്ചു. I

കത്തി പടർന്ന തീ മറ്റു ചെക്കുകളിലെയ്ക്ക് പടർത്തി ശാദി മുതലാളി ആർത്തു ചിരിച്ചു. നന്മയുടെ ആയിരം മുഴക്കങ്ങളുള്ള ചിരി

കർമ്മഫലം

റോഡിൽ ആകെ ഗതാഗത സ്തംഭനം ഇറങ്ങി നോക്കിയപ്പോൾ മുന്നിൽ രണ്ടു കാറുകൾ തമ്മിൽ ചെറുതായി ഉരസിയിരിക്കുന്നു. ഒന്നൊരു പഴയ മോഡൽ കൊറോള മറ്റൊന്നു പുത്തൻ ഔഡി. ഔഡിയിൽ നിന്നിറങ്ങിയ അറബി യുവാവ് ഉച്ചത്തിൽ കയർത്തു സംസാരിക്കുകയാണ്. അറബിയുടെ ശകാരം കേട്ടൊരു പാകിസ്ഥാനി മദ്ധ്യ വയസ്കൻ തലകുനിച്ചു നിൽക്കുന്നു. നീണ്ടു വളർന്ന താടിയും തടവി അയാൾ ദയനീയതയോടെ അറബി യുവാവിനോടു എന്തൊക്കയോ യാചിക്കുന്നു. യുവാവ് ശകാരം തുടരുകയാണ്.

പോലിസിനെ വിളിച്ചില്ലേ പിന്നെ എന്തിനാണ് ലഹള, പോലിസ് വന്നു തീരുമാനിക്കട്ടെ നിങ്ങൾ സമാധാനമായി അകത്തിരിക്കു ചുറ്റും കൂടി നിന്നിരുന്നവർ അയാളെ പിന്തിരിപ്പിക്കാൻ ശ്രമിച്ചു കൊണ്ടേ ഇരിക്കുന്നു. പാവം മദ്ധ്യ വയസ്കൻ ഒരക്ഷരം മിണ്ടാതെ തലകുനിച്ചിരിക്കുന്നു.

അല്ലെങ്കിലും ഈ പാകിസ്ഥാനികൾക്ക് ബുദ്ധിയും വിവരവുമൊന്നും ഇല്ല ഉണ്ടായിരുന്നെങ്കിൽ ഈ പാട്ട വണ്ടി എന്റെ വണ്ടിയിൽ ഇടിക്കില്ലായിരുന്നു.

യുവാവതു പറഞ്ഞു തീർന്നതും ആൾക്കൂട്ടത്തിനിടയിൽ നിന്നൊരാൾ മുന്നോട്ടു ഇരച്ചു കയറി യുവാവിന്റെ കരണത്താഞ്ഞടിച്ചു. പൂച്ച വീഴും പോലെ അയാൾ അന്തരീക്ഷത്തിൽ രണ്ടു തവണ കറങ്ങി നിലത്തു വീണു, കനത്ത നിശബ്ദത കൊടുങ്കാറ്റിനു മുൻപുള്ള ശാന്തത പോലെ ഭയാനകമായ മൗനം. കൊലപാതകത്തിനു സാക്ഷി പറയാൻ കഴിയാത്തവർ ഓടി അവരവരുടെ വാഹനങ്ങളിൽ കയറി ഇരുന്നു.

തല്ലിയ ആൾ ആരെയും കൂസാതെ നിൽക്കുകയാണ് തല്ലു കൊണ്ടു വീണ യുവാവ് പതിയെ മുഖം തടവി എഴുന്നേറ്റു, കടുത്ത ജാള്യത മുഖം നിറഞ്ഞു നിൽക്കുന്നു. ഒരു ഉശിരൻ തല്ലു പ്രതീക്ഷിച്ചു നിന്നവരെ ഇളിഭ്യരാക്കി അയാൾ കാറിനുള്ളിൽ കയറി മുന്നോട്ടോടിച്ചു പോയി. മാർഗതടസം ഒഴിഞ്ഞതും ഓരോരുത്തരായി വണ്ടി മുന്നോട്ടെടുത്തു തുടങ്ങി, കൊറോളയുടെ ഉടമയായ മദ്ധ്യ വയസ്കൻ തന്നെ രക്ഷിച്ചയാളെ കൈ കാട്ടി വിളിച്ചു.

തീർത്തും അപരിചിതനായ എനിക്കു വേണ്ടി താങ്കൾ എന്തിനാണ് ഇത്രയും വലിയ അവിവേകം കാണിച്ചത് ?

അവിവേകമോ ഇത്തരം രോഗത്തിനുള്ള ചികിത്സ നല്ല നാടൻ തല്ല് മാത്രമാണ് കണ്ടില്ലേ ഒരെണ്ണം കിട്ടിയപ്പോൾ അയാൾ ഒന്നും മിണ്ടാതെ പോയത്, ആട്ടെ നിങ്ങൾ എന്താണ് പോകാത്തത്?

.

ഞാൻ എവിടേയ്ക്ക് പോകുമെന്നാണ് ഇപ്പോൾ ആലോചിക്കുന്നത് നിങ്ങൾ അടിച്ചിട്ടത് എന്റെ കഫീലിന്റെ മകനെയാണ്, കഴിഞ്ഞ ഇരുപതു വർഷമായി ഞാനവരുടെ വീട്ടിലെ ഡ്രൈവറാണ്. ആ സ്വാതന്ത്ര്യത്തിലാണ് അവൻ എന്നെ ശകാരിച്ചതും ഞാൻ എല്ലാം കേട്ടു തലകുനിച്ചു കൊണ്ടു നിന്നതും. എന്തായാലുമത് നന്നായി, കഴിഞ്ഞ ഇരുപതു കൊല്ലമായി ഞാൻ മനസ്സിൽ പല തവണ ഓങ്ങി വെച്ച അടിയാണ് പടച്ചവൻ നിങ്ങളിലൂടെ പൂർത്തിയാക്കിയത്.

ചില അടികൾ അങ്ങനെയാണ് ആൾക്കൂട്ടത്തിനിടയിൽ നിന്നു പോലും അർഹതപ്പെട്ടവരെ തേടിയെത്തും, കർമ്മ ഫലം കാലങ്ങളോളം കഴിഞ്ഞായാലും ഒരു നാൾ കണക്കു ചോദിക്കുക തന്നെ ചെയ്യും കാത്തിരിക്കുക...

കടമ

ഞാനൊരു പത്തു സെക്കൻഡ് തരാം അതിനുള്ളിൽ ഈ ശബ്ദം തിരിച്ചറിഞ്ഞില്ലങ്കിൽ നിങ്ങൾ എന്നെ മറന്നു എന്നാണതിനർത്ഥം.

വൺ, ടൂ...

ജാവേദ് ഭായി നിങ്ങളിത് എവിടുന്നാണ് !!!!!!

നിങ്ങളെന്റെ സുഹൃത്താണ്... പത്തു കൊല്ലത്തിനു ശേഷവും നിങ്ങൾക്കെന്റെ രൂപമാറ്റം വന്ന സ്വരത്തെ അടയാളപ്പെടുത്താൻ വേഗം സാധിച്ചിരിക്കുന്നു പറയൂ എന്താണ് ഇപ്പോൾ നിങ്ങൾ, അന്ന് കണ്ട മീശ മുളയ്ക്കാത്ത പയ്യനിൽ നിന്നും ഒരു പാട് ദൂരം നിങ്ങൾ മുന്നേറിയിട്ടുണ്ടാവണം.

അല്ല ജാവേദ് ഭായി എനിക്കിപ്പോൾ മൂന്നു കുട്ടികളുണ്ട്, ആ പഴയ ജോലി ഞാനുപേക്ഷിച്ചു, ഇപ്പോൾ തരക്കേടില്ലാത്ത ഒരു ജോലിയൊക്കെയായി, നാട്ടിൽ ഞാൻ തെറ്റില്ലാതെ സമ്പാദിച്ചു എല്ലാത്തിനും കാരണം നിങ്ങളാണ്, നിങ്ങളില്ലായിരുന്നെങ്കിൽ..

അങ്ങനെ പറയരുത് ജാവേദ് ഇടപെട്ടു, സർവശക്തൻ എന്നെ ഒരു ഉപകരണമാക്കുകയായിരുന്നു

പതിനഞ്ചു കൊല്ലം മുൻപത്തെ ഒരു കരിഞ്ഞു കത്തുന്ന സൂര്യനുള്ള പകലിലേയ്ക്ക് ഓർമ്മകൾ ഇടറി വീണു.

അന്നെത്ര ദൂരം ഞാൻ ഓടിയിട്ടുണ്ടാവണം കുഞ്ഞു കാലുകൾ തളർന്നു വീഴും വരെ, അല്ലാ കാലുകൾ തളർന്നു വീണിട്ടും ഞാൻ ഒരു അമ്പതു ഫർലോങ് എങ്കിലും മുന്നോട്ടിഴഞ്ഞിട്ടുണ്ടാവണം. 1988 മോഡൽ രാജദൂത് മോട്ടോർ ബൈക്കിൽ ആ ചാണ കയറിയ കുള്ളൻ എന്നെ ഉയർത്തി എഴുന്നേൽപ്പിച്ചിരുത്തും വരെ പരന്ന മരുഭൂമി മാത്രമായിരുന്നു മുന്നിൽ. പൈജാമയുടെ കുഞ്ഞു കയറിൽ ബന്ധനസ്ഥനായി ആ ഉടലിന്റെ ബലത്തിൽ താങ്ങി ജീവിതത്തിലേയ്ക്കാണയാളെന്നെ കൈ പിടിച്ചു നടത്തിയത്.

ഒരിക്കൽ പോലും അയാളെന്റെ ജാതിയോ മതമോ വർണ്ണമോ തിരഞ്ഞില്ല വഴിതെറ്റിയൊഴുകിയ ജല കണങ്ങളെ മാതൃ നദിയിലേക്കെന്ന പോലെ അയാളെന്നെ ജീവിതത്തിലേക്കൊഴുക്കി വിട്ടു. രക്ഷകനും സംരക്ഷകനും മേധാവിയും ആയിരുന്നപ്പോഴും അയാളെനിക്കൊരു സുഹൃ

ത്തായിരുന്നു. ചില നക്ഷത്രങ്ങൾ അങ്ങനെയാണ് ഒന്ന് ഒന്നിനോട് ചേരുമ്പോൾ സൂര്യനെക്കാൾ പ്രഭയുണ്ടാകും.

ഹലോ കേൾക്കുണ്ടല്ലോ അല്ലേ ?

ഞാൻ സൗരയൂഥം വിട്ടു ഭൂമിയിലേക്കിറങ്ങി വന്നു, കേൾക്കുന്നുണ്ട് പറയൂ ജാവേദ് ഭായ്...

എന്റെ മകൻ അവിടെ ഒരു ഹോസ്പിറ്റലിൽ അഡ്മിറ്റാണ് കഴിയുമെങ്കിൽ അവനൊരു ടിക്കറ്റ് എടുത്തു കയറ്റി വിടുക ഒരു പാട് ബന്ധുക്കൾ എനിക്കവിടെയുണ്ട് പക്ഷെ നിന്നെ മാത്രം വിളിക്കാനാണ് എന്റെ മനസ് പറഞ്ഞത്. അസൗകര്യമാവുമോ ?

മരിക്കുന്നതിന് മുൻപ് വീടപെടേണ്ട കടങ്ങളിൽ ഒന്നിതാ യാചനയുമായി കാതിൽ മുഴങ്ങുന്നു. ഫോൺ സംഭാഷണം അവസാനിപ്പിച്ച ജാവേദ് പറഞ്ഞ ആശുപത്രി ലക്ഷ്യമാക്കി വണ്ടിയെടുക്കുമ്പോൾ ഒരു പഴയ രാജദൂത് മോട്ടോർ ബൈക്കിന്റെ ഇരമ്പം കാതുകളിലേക്ക് ഒഴുകിയിറങ്ങി...

ഇസ്സ്കിയെടുത്തൊരു പൊല്ലാപ്പ്

ലീവിനു ഞാൻ നാട്ടിലെത്തുന്ന ദിവസം മണത്തറിഞ്ഞയാൾ വീട്ടിലെത്തും. അമേരിക്കൻ രഹസ്യാന്വേഷണ വിഭാഗത്തെക്കാൾ ചടുലതയും വേഗവുമുണ്ടയാൾക്കാ കാര്യത്തിൽ. ഒരു സ്പ്രേ, രണ്ടു ടൈഗർ ബാം, രണ്ടു പെഗ് സ്കോച്ച് വിസ്കി അതയാളുടെ പതിവാണ്. ഒരവകാശം പോലെ അയാൾ അതിനായി എന്റെ വരവും കാത്തിരിക്കുമായിരുന്നു. പ്രിയമുള്ള ആരെയോ കാക്കുന്ന പോലെ ഒരാൾ എനിക്കായും കാത്തിരിക്കുന്നുണ്ടെന്ന ഓർമ്മ എനിക്കും ഒരു ബലമായിരുന്നു അതു കൊണ്ടു തന്നെ ഞാൻ എന്തു മറന്നാലും അയാളെ ഒരു യാത്രയിലും മറന്നിരുന്നില്ല.

അന്നും പതിവുപോലെ ഞാനെത്തിയതും അയാൾ വന്നു ഇരുന്നു, രണ്ടെണ്ണം വീശി അതിനിടയിൽ എനിക്ക് ഒരു പാടു സന്ദർശകരും മറ്റും ഉണ്ടായിരുന്നതിനാൽ എനിക്കയാളെ മാത്രം ശ്രദ്ധിക്കാനായില്ല. കിട്ടേണ്ടതെല്ലാം വാങ്ങി പ്രസന്ന വദനനായി നിലാവത്ത് അഴിച്ചു വിട്ട കോഴിയെപ്പോലെ വേച്ചു വേച്ചു അയാൾ വീട്ടിലേയ്ക്ക് നടന്നു പോയി.

രാത്രിയുടെ രണ്ടാം യാമം, ഓരോ ഗൾഫുകാരനും ലീവിനു വരുന്ന ആദ്യ ദിവസം അവന്റെ ആദ്യ രാത്രിയാണ്. ഞങ്ങൾ സ്വാഗത പ്രസംഗം കഴിഞ്ഞു കാര്യ പരിപാടികളിലെയ്ക്കു കടക്കാൻ തുടങ്ങിയതും പുറത്തൊരു ദയനീയ നിലവിളി, ഒരു സ്ത്രീയാണ്, നിലവിളിച്ചു കൊണ്ടവൾ ബെല്ലമർത്തി. കയ്യിൽ കിട്ടിയ ബെഡ് ഷീറ്റും വാരിച്ചുറ്റി ഞാൻ കതകു തുറന്നു. എന്നെ കണ്ടതും അവരുടെ കരച്ചിലിന്റെ ശക്തി കൂടി

"ചേട്ടാ ഒന്ന് വീട് വരെ വാ... ചേട്ടൻ രാവിലെ കൊടുത്ത എന്തോ ക്രീം മുഖത്തു പിരട്ടി അതിയാനിപ്പോൾ നിൽക്കാനും ഇരിക്കാനും വയ്യാതെ അവിടെ കിടന്നു എരിപിരി സഞ്ചാരം "

ഞാൻ അകത്തു പോയി ഡ്രസ്സ് ചേഞ്ച് ചെയ്തു വന്നു, ടൈഗർ ബാം വാരി മുഖത്തു തേച്ചു കാണും ബ്ലഡി ഫൂൾ...

ശ്രീശാന്ത് മത്സരത്തിനു ഇറങ്ങിയപോലെ മുഖം മുഴുവൻ വെളുത്ത ക്രീമും തേച്ചു അങ്ങോട്ടും ഇങ്ങോട്ടും നടക്കുകയാണ് ടിയാൻ. ടൈഗർ ബാമിനു വെള്ള കളറോ ! ചേച്ചി ഓടി പോയി ഒരു ട്യൂബ് എടുത്തു എന്റെ കയ്യിൽ കൊണ്ട് തന്നു പറഞ്ഞു.

"ഇത് തേച്ചാൽ വെളുക്കും എന്ന് പറഞ്ഞു കുറെ വാരി പൊത്തിയിട്ടാ ഉറങ്ങാൻ കിടന്നത് "

ഞാൻ അയാളുടെ മുഖത്തേയ്ക്ക് നോക്കി അയാൾ എന്നെ നോക്കാൻ ഭയപ്പെട്ടത് പോലെ തല താഴ്ത്തി നിന്നു. ഫെയർ ആൻഡ് ലോവ്ലിയുടെ ഫേസ് വാഷ് ക്രീമാണത്.

ഇതെവിടുന്നു കിട്ടി ?

അയാൾ മിണ്ടുന്നില്ല എന്റെ പെട്ടിയിൽ നിന്നും ഞാനറിയാതെ അടിച്ചു മാറ്റിയതാണയാൾ. പോയി തണുത്ത വെള്ളത്തിൽ മുഖം കഴുകു. കുഞ്ഞാടിനെപ്പോലെ അയാൾ അനുസരിച്ചു. ഇതു വെളുക്കാനുള്ളതല്ല, മുഖം കഴുകാനുള്ളതാണ് ഞാനയാളെ പറഞ്ഞു മനസിലാക്കി.

എന്നോടു ചോദിച്ചിരുന്നെങ്കിൽ ഞാൻ ഫെയർ ആൻഡ് ലോവ്ലി തന്നെ തരുമായിരുന്നല്ലോ പിന്നെന്തിനാ മോഷ്ട്ടിച്ചേ !

ഭാര്യ ക്രൂദ്ധയായി അയാളുടെ മുഖത്തേയ്ക്ക് നോക്കി കുറ്റ ബോധം കൊണ്ടയാൾ ലജ്ജിതനായി, ഞാൻ ആ വീടു വിട്ടിറങ്ങി പാതി വഴിയിൽ എത്തിയപ്പോൾ അയാൾ പിറകെ ഓടി വന്നു എന്നെ പിടിച്ചു നിർത്തി കാലിൽ സാഷ്ടാംഗം വീണു,

സാർ... എന്നോടു പൊറുക്കണം, രണ്ടു പെഗ് അടിച്ച കിക്കിൽ ഞാൻ അറിയാതെ,,

പോട്ടെടോ എനിക്ക് കുഴപ്പം ഇല്ല ചോദിച്ചാൽ ഞാൻ സന്തോഷത്തോടെ ഇതൊക്കെ തരുമായിരുന്നു ഞാനയാളെ ആശ്വസിപ്പിച്ചു.

ഒരു സ്പ്രേയും കൂടി ഞാൻ അവിടുന്ന് മോഷ്ടിച്ചു സാർ ഇതു പറഞ്ഞയാൾ പോക്കറ്റിൽ നിന്നും ഒരു കുപ്പി പുറത്തെടുത്തു. ഞാൻ നോക്കുമ്പോൾ മകന്റെ ബെർത്ത് ഡേ ആഘോഷിക്കാൻ വാങ്ങിയ സെലിബ്രേഷൻ സ്പ്രേ !!!!!!

എന്റെ പൊന്നണ്ണാ ഇതെങ്ങാനും അണ്ണൻ എടുത്തു കക്ഷത്തിൽ അടിച്ചിരുന്നെങ്കിൽ...

കടപുഴകുന്നവർ

സ്റ്റേഡിയത്തിനു പുറത്തു കൂടി മറ്റെന്തോ കാര്യത്തിന് നടക്കുന്നതിനിടയിൽ ഒരാൾ കൈകാട്ടി വിളിച്ചു ചോദിച്ചു. കളി കാണാൻ വന്നതാണോ?

ഹേയ് കളിയോ അല്ലാ മറ്റൊരുപാട് ജോലിയുണ്ട്,

ഞങ്ങൾ മുന്നോട്ടു നടന്നു. അയാൾ പിന്നാലെ ഓടി വന്നു മുന്നിൽ നിന്നു.

ദയവായി നിങ്ങൾ ഒരു ഒന്നര മണിക്കൂർ ഞങ്ങൾക്ക് വേണ്ടി ചിലവഴിക്കുമോ ഞങ്ങളുടെ ക്ലബ്ബിന്റെ സപ്പോർട്ടർ ആയി ഇവിടെ ആരും ഇല്ല. ഈ കളി ഞങ്ങളുടെ അഭിമാന മത്സരമാണ് അയാൾ കൂടയിൽ കരുതിയ ടീ ഷർട്ടുകളിൽ ഓരോന്നു വീതം ഞങ്ങൾക്കു നേരെ നീട്ടി.

ഞങ്ങൾ ഈ കളി ജയിച്ചാൽ നിങ്ങൾക്കു ഇനിയും സമ്മാനം തന്നേ വിട്ടു വരു കയറി ഇരുന്നു ഞങ്ങളെ സപ്പോർട്ട് ചെയ്യൂ. പള പളാ മിന്നുന്ന കുപ്പായത്തിന്റെ പ്രലോഭനത്തിൽ ഞങ്ങൾ വീണു ശൂഷ്ക്കമായ സ്റ്റേഡിയത്തിന്റെ ഒരു മൂലയിൽ ഞങ്ങളെപ്പോലെ വഴിയിൽ നിന്നു പിടിച്ചു കൊണ്ടിരുത്തിയ അൻപതിൽ താഴെ വരുന്ന കാണികൾ മാത്രം കളി തുടങ്ങി ഞങ്ങൾ വാടക കാണികൾ ഞങ്ങളുടെ ക്ളബ്ബിന്റ കളിക്കാരെ അറിഞ്ഞു സപ്പോർട്ട് ചെയ്യുകയാണ്.

കളി തുടരുന്നതിനിടയിൽ ഒരു യെമനി തലപ്പാവ് ധരിച്ചൊരു കച്ചുറക്കാരൻ പെപ്പിയും പോപ്കോണുമായി എത്തി. ഞാനാ മുഖത്തേയ്ക്കു സൂക്ഷിച്ചു നോക്കി നല്ല പരിചയം എനിക്കു വെളിപ്പെടാതെ അയാൾ മുന്നോട്ടു നടന്നു പോയി. അഹമ്മദ്... ഞാൻ ഉറക്കെ വിളിച്ചു അയാൾ തിരിഞ്ഞു നിന്നു പന്ത്രണ്ടു കൊല്ലം മുൻപാണ് ഞാൻ അയാളെ അവസാനമായി കണ്ടത് അന്നയാൾ മുനിസിപ്പാലിറ്റി ഓഫീസിൽ ഗസറ്റഡ് റാങ്കുള്ള ജീവനക്കാരൻ ആയിരുന്നു. രണ്ടു ഭാര്യമാരും പത്തോളം കുട്ടികളുമായി രാജാവിനെപ്പോലെ ആയിരുന്നു അയാൾ അന്ന് ജീവിച്ചിരുന്നത്. ഓഫീസിൽ എത്തുന്ന എല്ലാവരോടും സ്നേഹമായും ചിരിച്ച മുഖത്തോടുമല്ലാതെ അയാൾ ഇടപെട്ടിരുന്നില്ല. അതു കൊണ്ടു തന്നെ ഒരു വ്യാഴവട്ടത്തിനു ശേഷവും ആ മുഖം എനിക്കു ഓർത്തെടുക്കാനായതും.

കളി ഇഞ്ചോടിഞ്ചു പോരാട്ടം നടക്കുകയാണ്, ഞങ്ങൾ സപ്പോർട്ട് ചെയ്യുന്ന ടീമാണ് മുന്നേറുന്നതിൽ അധികവും ഒരു ഗോൾ വലയിൽ തൊട്ടു തൊട്ടില്ല എന്ന മട്ടിൽ കടന്നു പോയി ഞങ്ങൾ ചാടിയെഴുന്നേറ്റു അലറി അടുത്ത നിമിഷം കോർണർ കിക്കിൽ നിന്നെടുത്ത ബോൾ ഒരു കളിക്കാരൻ ഹെഡ് ചെയ്തു ഗോളാക്കിയിരിക്കുന്നു. കളി കഴിഞ്ഞു ഞങ്ങൾ സപ്പോർട്ട് ചെയ്ത ടീം കപ്പ് നേടിയിരിക്കുന്നു. നിറഞ്ഞ പുഞ്ചിരിയോടെ ഞങ്ങളെ ക്ഷണിച്ചു അകത്തു കയറ്റിയ മനുഷ്യൻ പോക്കറ്റിൽ നിന്നും ഒരു കെട്ടു പുത്തെൻ നൂറിന്റെ നോട്ടെടുത്തു ഓരോ ആൾക്കും നൂറു വീതം നൽകി.

അഹമ്മദും ഞങ്ങളുടെ കൂടെ നിന്നു നൂറു ദിർഹം കൈ നീട്ടി വാങ്ങി. എനിക്കതൊരു ഞെട്ടിക്കുന്ന കാഴ്ച ആയിരുന്നു ഞാൻ കരുതിയത് ആ ക്ലബിന്റെ മാനേജരോ ഭാരവാഹിയോ ആണ് അഹമ്മദ് എന്നായിരുന്നു.

പുറത്തേക്കിറങ്ങിയപ്പോൾ ഞാൻ അഹമ്മദിനെ തടഞ്ഞു നിർത്തി എന്താണ് നിനക്കു സംഭവിച്ചത് ?

അയാൾ ചിരിച്ചു കൊണ്ടെന്റെ കൈ പിടിച്ചു പറഞ്ഞു അള്ളാഹു രാജാവായി ജീവിക്കാൻ പറഞ്ഞപ്പോൾ ഞാൻ രാജാവായി ഇപ്പോൾ ഫക്കീർ ആകാനാണ് അവനെ തീരുമാനം. സ്വദേശി വൽക്കരണം വന്നപ്പോൾ ആദ്യം പോയത് അഹമ്മദിന്റെ ജോലിയാണ് ഭാര്യമാരെയും മക്കളെയും നാട്ടിലേയ്ക്ക് അയച്ചു ഇവിടെ ചില ബിസിനസ് നടത്തി നോക്കി പക്ഷെ അതും പൊളിഞ്ഞു. ഇപ്പോൾ യെമനിലെ അവസ്ഥ വളരെ പരിതാപകരമാണ് അങ്ങോട്ടു മടങ്ങി പോകുക അസാദ്ധ്യമാണ് അതുകൊണ്ടു ജോലി ചെയ്യാനുള്ള ആരോഗ്യം ഇല്ലാഞ്ഞിട്ടും ഇങ്ങനെ ചിലർ വിളിക്കുമ്പോൾ ഞാൻ വരും മായാത്ത പുഞ്ചിരിയുള്ള മുഖവുമായി അയാൾ മുന്നോട്ടു നടന്നു എനിക്കു കിട്ടിയ നൂറിന്റെ നോട്ട് കൈവെള്ളയിൽ ഒതുങ്ങത്തക്ക വണ്ണം ചുരുട്ടി ഞാൻ അയാളുടെ കൈ പിടിച്ചു കുലുക്കി നിറഞ്ഞ സന്തോഷത്തോടെ അതുമായി അഹമ്മദ് നടന്നകന്നു. മനസിൽ അഹങ്കാരം കൂടു കെട്ടുന്ന വേളയിൽ ഏതെങ്കിലും ഒരു അഹമ്മദുമാർ എന്റെ മുന്നിൽ പ്രത്യക്ഷപ്പെടും നൽകപ്പെടുന്നതെല്ലാം നന്മയ്ക്കായാണ് നാളെ അതു നഷ്ടപ്പെട്ടാലും അങ്ങനെ തന്നെ ആയിരിക്കട്ടെ..

ചെകുത്താനും ഗൾഫിനുമിടയിൽ

ചേട്ടാ സമാധാനത്തിനുള്ള നോബൽ സമ്മാനത്തിനുള്ള അപേക്ഷ സമർപ്പിക്കുന്നതെവിടെയാ ? അപ്രതീക്ഷിതവും വിചിത്രവുമായ സംശയം കേട്ടതും ഞാൻ അത്ഭുതത്തോടെ ചോദ്യ കർത്താവിനെ തലയുയർത്തി നോക്കി. പ്രകാശൻ സീരിയസ് ആയി തന്നെയാണ് അതു ചോദിക്കുന്നതെന്നു എനിക്കു തോന്നി.

മ്മടെ മലാലകൊച്ചിനും, കൈലാഷ് സത്യാർത്ഥിക്കുമൊക്കെ കിട്ടിയില്ലേ ആ സാധനം ! പ്രകാശൻ വിടാൻ ഭാവമുണ്ടായിരുന്നില്ല. അത്, അത്, എന്റെ പരിമിതമായ അറിവിൽ നിന്നുള്ള ഉത്തരങ്ങളിലേയ്ക്കെത്താൻ ഞാൻ കുറച്ചു വിക്കി.

നോർവീജിയൻ നോബൽ കമ്മറ്റിയാണതു നിർണ്ണയിക്കുന്നത് സ്വീഡിഷ് സഹകരണത്തോടെ, അതിനായി തിരഞ്ഞെടുക്കപ്പെടാൻ അവരുടേതായ മാനദണ്ഡങ്ങൾ ഉണ്ട്, അതിനെക്കുറിച്ചെനിക്കു വ്യക്തമായ ധാരണയില്ല പ്രകാശൻ നാളെ വരുമ്പോൾ അതിനെപ്പറ്റി പഠിച്ചിട്ടു ഞാൻ സംസാരിക്കാം അല്ലാ എന്താ ഇപ്പോൾ സമാധാനത്തിനുള്ള നോബൽ സമ്മാനത്തെക്കുറിച്ചു അറിഞ്ഞിട്ട് !!!!

വീട്ടിൽ രണ്ടയിറ്റം ഉണ്ടേ, എന്റെ അമ്മയും പെണ്ണുമ്പുള്ളയും, രണ്ടും വലിയ സമാധാനത്തിലാ അവത്തുങ്ങൾക്കു വല്ല സാധ്യതയുണ്ടോ എന്നറിയാനായിരുന്നു.

പ്രകാശന്റെ കറുത്ത ഹാസ്യം എന്നെ ചിരിപ്പിക്കുന്നതിലും അധികം ചിന്താനിമഗ്നനാക്കി. കല്യാണം കഴിഞ്ഞു ജോലിയിൽ പ്രവേശിച്ചതു മുതൽ ആയാൾ അസ്വസ്ഥനായിരുന്നു. നാടും വീടും വേണ്ടപ്പെട്ടവരെയും ജൈവീക ചോദനകളെയും മറന്നു ജീവിക്കുന്നവർക്കു സ്ഥായിയായുള്ള വികാരമായ നൈരാശ്യമാണെന്നു ഞാൻ കരുതി. എന്നാൽ ഉള്ളിൽ പുകയുന്ന അഗ്നി പർവതവുമായാണ് അയാൾ നടക്കുന്നതെന്ന് ആ ചോദ്യത്തിലൂടെ എന്നെ ധരിപ്പിക്കാൻ അയാൾക്കു സാധിച്ചെന്നു തോന്നുന്നു.

എന്തിലും ഏതിലും തമാശയുടെ കണിക കണ്ടെത്തുന്ന സരസനും രസികനായ ഒരാളായിരുന്നു വിവാഹം കഴിയും വരെ പ്രകാശൻ. വിവാഹത്തിനു ശേഷമാണു അയാളിൽ വിഷാദം എന്നൊരു വികാരവും

അയാൾക്കുണ്ടെന്ന തന്നെ ഞങ്ങൾ അറിയുന്നത്. ഒരിക്കലും ഒത്തു പോകാത്ത രണ്ടു വ്യക്തികളാണ് അമ്മയും ഭാര്യയുമെന്ന തിരിച്ചറിവായിരുന്നു അയാളുടെ വിഷാദത്തിനുള്ള നിദാനം. അച്ഛൻ മരിച്ചതിനു ശേഷം മകനു വേണ്ടി ജീവിച്ച അമ്മ ഒരു വശത്ത്, ഒരു ചെറിയ നീരസം പോലും വലിയ കുറ്റമായി തന്റെ ചെവിയിൽ നിരന്തരം കുറ്റപ്പെടുത്തുന്ന പ്രിയതമ വേറൊരു വശത്ത്. ആരെ തള്ളണമെന്നോ ആരെ കൊള്ളണമെന്നോ അറിയാത്ത ത്രിശങ്കുവിലായിരുന്നു പ്രകാശൻ. ഗൾഫിലെ ജോലി മതിയാക്കി പോകുന്നതിനെപ്പറ്റി വരെ ആയാൾ ആലോചിച്ചെങ്കിലും കല്യാണത്തിനു മുൻപ് വീട് വെയ്ക്കാൻ എടുത്ത വലിയ ബാങ്ക് ലോൺ ഡെമോക്ലീസിന്റെ വാളു പോലെ തലയ്ക്കു മുകളിൽ തൂങ്ങി ആടിയിരുന്നതിനാൽ ആയാൾ അതിനും ഭയപ്പെട്ടു.

അമ്മയ്ക്കൊരു കൂട്ടിനുവേണ്ടിയാണ് ഇരുപത്തി അഞ്ചാം വയസിൽ വിവാഹം എന്ന കൈവിട്ട കളിക്കു മുതിർന്നത് തന്നെ, ഇപ്പോൾ അതായിരിക്കുന്നു ഏറ്റവും വലിയ തലവേദന. ബാഗാളിപ്പയ്യൻ ലേബർ ക്യാംപിൽ കൊണ്ടു വരുന്ന വിലകുറഞ്ഞ സ്കോച്ചിന്റെ ലഹരിയിൽ പ്രകാശന്റെ വിശ്വാസം വർദ്ധിച്ചിരിക്കുന്നു. ദിവസത്തിൽ രണ്ടു മണിക്കൂർ നാട്ടിലെ രണ്ടു സ്ത്രീകളുടെ നീറുന്ന പ്രശ്ങ്ങൾക്കുള്ളതാണ് അതുണ്ടാക്കുന്ന ആഴമുള്ള മുറിവുകളിലേയ്ക്ക് കപ്പലിൽ വാറ്റിയ കളർ ചേർത്ത സ്പിരിറ്റ് പകർത്തുമ്പോൾ ആദ്യമൊന്നു നീറും. പിന്നെയൊരു സൗഖ്യമാണ് വേദനകളില്ലാത്ത പ്രശാന്തതയിൽ അയാളിങ്ങനെ ഒഴുകി നടക്കും.

പ്രകാശൻ നമ്പർ ടെൻ ഹോഗയാ !!!! പഴയ പട്ടാളക്കാരനായ ഭാസ്കർ റാം എന്നോടതു പറയുമ്പോൾ ഞാൻ ആശ്ചര്യത്തിൽ നെറ്റി ചുളിച്ചു ചോദിച്ചു.

നമ്പർ ടെൻ ! വോ ക്യാ ???

പട്ടാളത്തിൽ ഭ്രാന്താകുന്നവർക്കു പറയുന്ന ഷോർട്ട് കോഡാണ് നമ്പർ ടെൻ.

വോ തോ പാഗൽ ഹോഗയാജി, അതെ പ്രകാശൻ ഭ്രാന്തനായിരിക്കുന്നു അമിത മദ്യപാനം, അനാവശ്യമായ ഉത്ക്കണ്ഠ ഒക്കെ കൂടി അയാളുടെ മനസ്സിന്റെ നിയന്ത്രണം എടുത്തു കളഞ്ഞിരിക്കുന്നു. ഈ ലോകത്തിലുള്ള ഒന്നും തിരിച്ചറിയാൻ കഴിയാത്ത വണ്ണം ഒരു കൊച്ചു കുട്ടിയെപ്പോലെ അയാൾ ഇരട്ട കട്ടിലിന്റെ മുകൾ നിലയിൽ നിന്നും താഴേയ്ക്കു ചാടി കളിക്കുന്നു.

വിമാനയാത്രയിൽ പ്രകാശനെന്തെങ്കിലും അതിക്രമം കാട്ടുമോയെന്നു ഞാൻ ഭയപ്പെട്ടു. കാരണം സുരക്ഷിതമായി അയാളെ വീട്ടിലെത്തിക്കേണ്ട ചുമതല എന്റേതാണ്. ഒരു ആട്ടിൻകുട്ടിയെപ്പോലെ അയാളെന്റെ നിർദേശങ്ങൾക്കു അനുസരിച്ചു എന്റെ കൂടെ വിമാനത്തിലിരുന്നു.

നാലു മണിക്കൂറത്തെ യാത്രയ്ക്കിടയിൽ ഒരിക്കൽ പോലും അയാൾ ഭ്രാന്തിന്റെ ലാഞ്ചന പോലും കാണിച്ചില്ല. വിമാനത്താവളത്തിന്റെ പുറത്തു കാത്തു നിന്ന അമ്മയെയും ഭാര്യയെയും കണ്ടതും പ്രകാശൻ ഉച്ചത്തിൽ ചിരിച്ചു. ഒരു ഭ്രാന്തന്റെ സർവ്വ ലക്ഷണങ്ങളോടും കൂടിയ അട്ടഹാസച്ചിരി. ആ ചിരി കേട്ടതും അമ്മയും ഭാര്യയും ഹൃദയം പൊട്ടി കരഞ്ഞു ആ കരച്ചിൽ കാണാൻ ശേഷിയില്ലാതെ ഞാൻ ലഗേജുകളുമായി അതി വേഗം മുന്നോട്ടു നടന്നു...

കുണ്ഡലി

റാം കിഷോർ ത്രിപാഠി അന്നു പതിവില്ലാതെ അവധിയെടുത്തു. ജോലിക്കു ജോയിൻ ചെയ്തിട്ടു പന്ത്രണ്ടു കൊല്ലമായെങ്കിലും നാട്ടിൽ പോകുമ്പോഴല്ലാതെ ഒരു അവധി അയാളെടുത്തു കണ്ടിട്ടില്ല. ഫാക്ടറിയിൽ മുടങ്ങാതെ വരുന്നവരെ മാത്രം ഏൽപ്പിക്കുന്ന സുപ്രധാന ചുമതലകൾ അയാൾക്കുണ്ടായിരുന്നതു കൊണ്ടാണ് ഞാനയാളെ ഫോണിൽ വിളിക്കുന്നത്, മൊബൈൽ റേഞ്ച് ഇല്ലാത്തവിധം കീ കീ ശബ്ദം ഉണ്ടാക്കിയതോടെ എന്തോ അപകടം ഭയപ്പെട്ടാണ് ഞാനയാളെ തിരക്കി റൂമിൽ ചെന്നത്. മുറി പുറത്തു നിന്നും പൂട്ടിയിരുന്നു അയാൾ രാവിലെ എങ്ങോട്ടോ പുറപ്പെട്ടു പോയെന്നാണ് അടുത്തുള്ള മുറിയിലുള്ള സുഹൃത്തുക്കൾ പറഞ്ഞത്.

അയാളുടെ നേപ്പാളി സഹമുറിയൻ ജോലി ചെയ്യുന്ന ഹോട്ടൽ തൊട്ടു താഴെ തന്നെയുണ്ട്. ഞാനതിൽ കയറി ഒരു ചായ ഓർഡർ ചെയ്തിരിക്കുമ്പോൾ സംശയം തീർക്കാനെന്നവണ്ണം ത്രിപാഠിയുടെ സുഹൃത്തിനോടു ത്രിപാഠിയെപ്പറ്റി തിരക്കി. അയാൾ ഒന്നും അറിയില്ലെന്ന മട്ടിൽ കൈ മലർത്തി അകത്തേയ്ക്കു പോയെങ്കിലും പെട്ടന്നു തന്നെ തിരികെ വന്നു എന്നെ സംശയത്തോടെ നോക്കി.

നിങ്ങളയാളുടെ ആരാ ?

ചൂടു ചായ ഒരു കവിൾ ഇറക്കിയിട്ടു ഞാൻ മുഖമുയർത്തി അയാളെ നോക്കി. എന്റെ നോട്ടത്തിന്റെ തീഷ്ണതയിൽ പേടിച്ചിട്ടെന്നോണം അയാൾ കണ്ണുകൾ താഴ്ത്തി.

അയാളെന്റെ തൊഴിലാളിയാണ് ? എന്റെ കമ്പനിയിലാണയാൾ കഴിഞ്ഞ 12 കൊല്ലമായി ജോലി നോക്കുന്നത് !

ത്രിപാഠിയുടെ സുഹൃത്തിന്റെ കണ്ണുകളിൽ ഒരു തിളക്കം മിന്നിമറയുന്നതു ഞാൻ കണ്ടു.

അയാളാരോടും സംസാരിക്കാറില്ലായിരുന്നു സാർ ? ഇന്നലെ രാത്രി മുഴുവൻ അയാൾ കരയുന്നതു ഞാൻ കണ്ടു എന്തിനെന്നു ചോദിക്കാനുള്ള സ്വാതന്ത്ര്യം ഇല്ലാതിരുന്നതിനാൽ ഞാനൊട്ടു ചോദിക്കാനും പോയില്ല. അയാൾക്കെന്തെങ്കിലും സംഭവിച്ചോ സാർ ?

ഇല്ല, ഞാൻ വെറുതെ തിരക്കിയെന്നു മാത്രം ഒരു പക്ഷെ അയാൾ ഇപ്പോൾ ഫാക്ടറിയിൽ എത്തിയിട്ടുണ്ടാവണം.

കൂടുതൽ ചോദ്യങ്ങൾക്കു നിൽക്കാതെ ഞാനിറങ്ങി കാറു വരെ നടന്നതേയുള്ളൂ. ത്രിപാഠിയുടെ സഹമുറിയൻ നേപ്പാളി ഇരു കൈകളും കൂട്ടിയിടിച്ചു എന്നോടു ഒന്നു നിൽക്കാൻ ആവശ്യപ്പെട്ടു. അയാൾ വേഗത്തിൽ ഓടിവന്നു എന്റെ അടുക്കൽ വന്നു നിന്നും കിതച്ചു. അയാളെന്തോ പറയാൻ ശ്രമിക്കുന്നുണ്ട് പക്ഷെ അയാളുടെ കിതപ്പിന്റെ ഗതിവേഗമായാളെ അതിനു സമ്മതിക്കുന്നില്ല.

സാർ, സാർ 'രണ്ടു തവണ ആ വിളി അയാൾ ആവർത്തിച്ചു.

നിങ്ങളുടെ കമ്പനിയിൽ എന്തെങ്കിലും ജോലി ഒഴിവുണ്ടോ ? നാട്ടിൽ അനുജൻ തൊഴിലില്ലാതെ നടക്കുകയാണ് !

ഞാൻ ഉത്തരം ഒന്നും പറഞ്ഞില്ല കാറിലേയ്ക്ക് കയറി എന്റെ വിസിറ്റിങ് കാർഡിലൊരെണ്ണമെടുത്തു അയാൾക്കു നേരെ നീട്ടി.

സാവകാശം എന്നെ ഓഫീസിൽ വന്നു കാണുക !

കാർ മുന്നോട്ടു നീങ്ങി ഒരത്ഭുത വസ്തു കയ്യിൽ കിട്ടിയപോലെ അയാൾ ആ കാർഡ് തിരിച്ചും മറിച്ചും നോക്കുന്നത് ഞാൻ റിയർ മിററിലൂടെ കണ്ടു.

ഓഫീസിൽ എത്തുമ്പോൾ പുറത്തു കാത്തിരിക്കുന്നവരുടെ കൂട്ടത്തിൽ ത്രിപാഠിയുമുണ്ടായിരുന്നു. എന്നെ കണ്ടതും ആദരവോടെ അയാൾ എഴുന്നേറ്റു നിന്നു വണങ്ങി.

സാർ എനിക്കു കുട്ടിയുണ്ടായി മൂന്നാമത്തതും പെൺകുഞ്ഞാണ് !

അയാളുടെ മുഖത്തപ്പോൾ കറുത്തവാവിലെ ചന്ദ്രനെപ്പോലെ ഇരുട്ടു കയറി എന്നെനിക്കു തോന്നി. ഇന്ത്യയിൽ മാത്രമല്ല നേപ്പാളിലും പെൺകുട്ടികളുണ്ടാവുന്നതു അസുഖകരമായ അനുഭവമാണ്. ലീവ് പറഞ്ഞയാൾ പോകും മുൻപ് ഓഫീസിന്റെ പടി വാതിൽക്കൽ തിരിഞ്ഞു നിന്നു ചോദിച്ചു.

നമുക്ക് ഇൻഷ്വറൻസ് ഉണ്ടോ സാർ ?

തീർച്ചയായും ഉണ്ട്, തരാ തരം, ഫാക്ടറിയിൽ, ഓഫീസിൽ, ആളാം വീതം എല്ലാവർക്കുമുണ്ട് എന്തേ ?

രണ്ടു കണ്ണുകളും ഇറുക്കിയടച്ചു ഒന്നുമില്ല എന്ന ആംഗ്യം കാണിച്ചയാൾ പുറത്തേയ്ക്കു പോയി.

കമ്പനിഅതിന്റെ ഏറ്റവും വലിയ കാരാർ ഒപ്പിടാൻ പോകുകയാണ്. ഈ ഡീൽ നടന്നാൽ ഞാൻ മാത്രമല്ല എന്നെ ആശ്രയിച്ചു ജീവിക്കുന്ന അൻപതോളം പേരും രക്ഷപെടും. താരിക്ക് മെക്കി എന്ന കൃത്യ നിഷ്ഠയിൽ കടുംപിടുത്തകാരനായ പോർട്ടുഗീസുകാരനുമായാണ് കരാർ ഒപ്പിടുന്നത്. പതിനൊന്നു മണിക്കു അയാളുടെ ഓഫീസിൽ എത്തണം. റോ

ഡരികിൽ ചിരിച്ചിരിക്കുന്ന റഡാറുകളെ ഭയക്കാതെ ഞാൻ ആക്സിലേറ്ററിൽ കാൽ കൊടുത്തു. ഫോൺ ബെല്ലടിക്കുന്നു ഓഫീസിൽ നിന്നാണ്.

സാർ ഫാക്ടറിയിൽ ഒരപകടം ! നമ്മുടെ ത്രിപാഠി ബ്ലെൻഡിങ് മെഷിനു ഇടയിൽപ്പെട്ടു വേഗം വരണം.

പത്തു മിനിട്ടു തെറ്റിയാൽ കരാർ വേറെ ആൾക്കു കൊടുക്കുന്ന താരിക്ക് മെക്കി എന്ന പോർട്ടുഗീസുകാരൻ !

അപകടത്തിൽ പെട്ട സ്വന്തം തൊഴിലാളി ! ഏതിനാണ് ഞാൻ മുൻഗണന നൽകേണ്ടത്. ബിസിനെസ്സുകാരൻ എന്നതിനേക്കാളുപരി ഞാനൊരു മനുഷ്യനാണ്. ദൈവനിശ്ചയം ഉണ്ടെങ്കിൽ ബിസിനസ് പിന്നാലെ വരും. ഞാൻ വണ്ടി തിരിച്ചു ഫാക്ടറിയിലേയ്ക്കു പറന്നു.

ബ്ലെൻഡിങ് മെഷിൻ ത്രിപാഠിയെ ശരിക്കും ബ്ലെൻഡ് ചെയ്തിരിക്കുന്നു. ഞാൻ ബിസിനസ് തുടങ്ങിയിട്ടുള്ള ആദ്യത്തെ അപകടം. ത്രിപാഠി നാട്ടിൽ കാത്തിരിക്കുന്ന നാലു പെണ്ണുങ്ങളെ ഈ ലോകത്തു തനിച്ചാക്കിയിരിക്കുന്നു. എല്ലാ ഫോർമാലിറ്റിക്കും ശേഷം മൃതദേഹം നാട്ടിലേയ്ക്കയക്കണം. അതിനായി മുൻപന്തിയിൽ നിൽക്കുന്നത് ത്രിപാഠിയുടെ ബന്ധു കൂടിയായ ബഹാദൂർ റാണയാണ്. എപ്പോഴേ എന്നെ തനിച്ചു കിട്ടിയപ്പോൾ ബഹാദൂർ എന്നോടിങ്ങനെ ചോദിച്ചു.

സാർ കുണ്ഡലിയിൽ വിശ്വസിക്കുന്നുണ്ടോ ?

അത്ഭുതത്തോടെ ഞാൻ ബഹദൂറിനെ നോക്കി !

എന്നാൽ വിശ്വസിക്കണം സാർ, ഈ മരണം നമ്മോടു പറയുന്നതതാണ്.

ത്രിപാഠിയുടെ മൂന്നാമത്തെ മകളുടെ ജാതകത്തിൽ തന്തക്കാലുണ്ടായിരുന്നത്രെ.

അതു ത്രിപാഠിക്കറിയാമായിരുന്നോ ?

എന്റെ ആശ്ചര്യം സംശയത്തിനു വഴിമാറി.

അറിയാമായിരുന്നു സാർ അതിലവൻ അതീവ ദുഃഖിതനുമായിരുന്നു.

ത്രിപാഠിയുടെ മരണമൊരു അപകടമല്ല, എന്നോ സംഭവിക്കാനിരിക്കുന്ന മരണമെന്ന അനിവാര്യതയെ തന്ത്രപൂർവ്വമായാൾ വഴി തിരിച്ചു വിടുകയായിരുന്നു. കുട്ടികളുടെ നേട്ടത്തിനു വേണ്ടി തന്റെ പ്രവാസത്തെ അയാൾ സമർത്ഥമായി ത്യാഗം ചെയ്തിരിക്കുന്നു. മൃതപേടകം വഹിച്ച വിമാനം കാഠ്മണ്ഡുവിലേയ്ക്ക് ഉയരും വരെ ഞാനയാളുടെ പിന്നാലെയുണ്ടായിരുന്നു. എല്ലാ ജോലികളും പൂർത്തിയാക്കി ഓഫീസിൽ എത്തുമ്പോൾ അന്നു ചായക്കടയിൽ വെച്ചു വിസിറ്റിങ്ങ് കാർഡ് വാങ്ങിയ നേപ്പാളി എന്നെ പ്രതീക്ഷിച്ചിരിപ്പുണ്ടായിരുന്നു. അയാളൊരു പാസ്പോർട്ട് കോപ്പി എനിക്കു നേരെ നീട്ടി ആ പാസ്പോർട്ടിൽ കണ്ട ചെറുപ്പക്കാരന്റെയും പേർ കിഷോർ ത്രിപാഠിയെന്നായിരുന്നു.

ഒന്നു കൊഴിയുമ്പോൾ വളരെ വേഗം മറ്റൊന്നു വന്നു ചേരുന്നു പഴയതിനെ നാമെല്ലാവരും വേഗം മറക്കുന്നു അതാണ് ലോകം. പോർട്ടുഗീസുകാരൻ ഒപ്പിട്ടയച്ച കോൺട്രാക്റ്റുമായി സെക്രട്ടറി വരുമ്പോൾ പുതിയ ത്രിപാഠിയുടെ പാസ്പോർട്ട് എന്റെ കൈകളിലിരുന്നു വിറയ്ക്കുകയായിരുന്നു...

ഖവാലി

പാകിസ്ഥാനി രൂപയുടെ കെട്ട കട്ടിലിലേയ്ക്ക് വിടർത്തിയിട്ട യാസിൻ രാക്ഷസനെപോലെ ചിരിച്ചു. അരികിലെ കട്ടിലിൽ ഉറക്കത്തിന്റെ മൂന്നാം യാമത്തിലായിരുന്ന ഉഗാണ്ടക്കാരൻ കറുമ്പൻ പേടിച്ച ചാടിയെഴുന്നേറ്റു. പാകിസ്ഥാനിയുടെ കൂടെ ആണ താമസം എന്ന അറിഞ്ഞപ്പോഴേ അയാൾക്കു ഉള്ളിൽ ഭയമായിരുന്നു, ഏതു നിമിഷവും തീവ്ര മുഖം പ്രകടമാക്കുന്ന വിചിത്ര ജീവികളാണ് പാകിസ്ഥാനികൾ എന്നയാളെ ആരോ ഗുരുതരമായി തെറ്റിദ്ധരിപ്പിച്ചിരുന്നു.

ഞെട്ടിയുണർന്നതും ഉഗാണ്ടക്കാരൻ കറുമ്പൻ തലയണക്കടിയിൽ ഒളിപ്പിച്ച വെച്ചിരുന്ന വേട്ട കത്തി എടുത്തു വായുവിൽ ചുഴറ്റി. ഇരുട്ടു മൂടിക്കെട്ടിയ മുറിയിൽ വെളിച്ചം ക്ഷണിക്കപ്പെടാത്ത അഥിതിയെപ്പോലെ വിരുന്നു വന്നു. യാസിൻ വീണ്ടും ഉറക്കെ ചിരിച്ചു അയാളുടെ കിടക്ക മൂടിയ നോട്ടുകൾ നോക്കി ഉഗാണ്ടക്കാരൻ കറുമ്പൻ മൂക്കത്തു വിരൽ വെച്ചിരുന്നു. ഒന്നുകിൽ ഇയാളുടെ സമനില തെറ്റി അല്ലെങ്കിൽ ഇത്രയും പണം ഇയാൾ എവിടെ നിന്നെങ്കിലും മോഷ്ട്ടിച്ചിരിക്കണം രണ്ടായാലും ഒരു അപായ സൂചന ഉഗാണ്ടക്കാരൻ കറുമ്പന്റെ ഹൃദയത്തിലൂടെ കടന്നു പോയി.

ഏഴടി പൊക്കവും അതിനൊത്ത തൂക്കവും മാത്രമായിരുന്നു അവർക്കു ആ ജോലിയിലേയ്ക്കു തിരഞ്ഞെടുക്കപ്പെടാൻ വേണ്ടിയിരുന്ന യോഗ്യത, അല്ലെങ്കിലും പണപ്പെട്ടിയുടെ കാവൽക്കാരൻ ആകാൻ അതിൽ കൂടുതൽ എന്തു യോഗ്യതയാണ് വേണ്ടത്? ആദ്യത്തെ അഭിമുഖ പരീക്ഷയിൽ തന്നെ തിരഞ്ഞെടുക്കപ്പെട്ട വന്നവരാണ് ഡെറാ ഗാസി ഖാനിൽ നിന്നും വരുന്ന യാസിനും കമ്പാലയിൽ നിന്നും വരുന്ന ജിബ്റോൺ എന്ന കറുമ്പനും. ഡെറാ ഗാസി ഖാൻ കുപ്രസിദ്ധമാണ് പാകിസ്ഥാനിലെ സിന്ധ് താഴ്വരയിലെ കറുപ്പ് വ്യാപാരികളിൽ അധികവും ഡെറാ ഗാസി ഖാനിൽ നിന്നുള്ളവരാണ്. ആട് മേയ്ക്കലും കൃഷിയുമായി കഴിയുന്ന ഒരു കൂട്ടം അപരിഷ്കൃതരായ ജനങ്ങളുടെ ഇടയിൽ നിന്നും ആദ്യമായാണൊരാൾ നാട് കടക്കുന്നതെന്നു തോന്നിപ്പിക്കും വിധം യാസിൻ ചിരി നിർത്താൻ ഭാവമില്ലാതെ റൂമിൽ അങ്ങോട്ടും ഇങ്ങോട്ടും പാഞ്ഞു നടന്നു.

കറുമ്പൻ കത്തി തലയിണക്കടിയിലേയ്ക്ക് തള്ളി വെച്ച ശേഷം യാസിനെ വിളിച്ചു. യാസിൻ ബെഡിൽ വിതറിയ നൂറിന്റെ നോട്ടുകളിൽ ഒരു കുത്തെടുത്തു കറുമ്പനെ മണപ്പിച്ചു. ശേഷം ഫ്രിഡ്ജിൽ നിന്നും തണുത്ത പെപ്സിയെടുത്തു കറുമ്പനു നേരെ നീട്ടി. വന്നിട്ട് ഒരു മാസം തികഞ്ഞതേ ഉള്ളൂ ആശയ വിനിമയത്തിന് ആംഗ്യ ചലനങ്ങൾ അല്ലാതെ വേറൊരു മാർഗവും ഇല്ല. ആഫ്രിക്കയിൽ നിന്നും കൊണ്ടു വന്ന പൊകല നാക്കിൽ തിരുകിയിരുന്നതിനാൽ കറുമ്പൻ അത് വാങ്ങിയില്ല. യാസിൻ കട്ടിലിന്റെ കോണിൽ കുത്തിയിരുന്നു ഉസ്താദ് നുസ്രത്ത് ഫത്തേ അലി ഖാന്റെ ഖവാലി പാടി. പാതിരാവിന്റെ മൂന്നാംയാമം കഴിയാറാകുന്ന വേളയിൽ ലോകത്തിന്റെ മറ്റൊരു വൻകരയിൽ നിന്നും കപ്പലിറങ്ങിയ ജിബ്റോൺ എന്ന ഉഗാണ്ടക്കാരൻ തലയിൽ കൈ കൊടുത്ത് യാസിന്റെ ഖവാലിയും കേട്ടിരുന്നു മയങ്ങി പോയി.

ഡെറാ ഗാസി ഖാനിലെ ആട്ടിടയനായ യാസിൻ ആദ്യമായാണ് അത്രയും പാകിസ്ഥാനി രൂപാ ഒരുമിച്ചു കാണുന്നത്, അതിന്റെ സന്തോഷത്തിൽ ഉണ്ടായ വൈദ്യുത പ്രവാഹത്തിൽ യാസിന്റെ ഏതോ ലൈൻ അടിച്ചു പോയിരിക്കുന്നു അല്ലെങ്കിൽ ശമ്പളം കിട്ടിയ ദിർഹം മുഴുവൻ പാകിസ്ഥാനി രൂപയാക്കി മാറ്റി കട്ടിലിൽ വിതറുമോ ? പാതിരാത്രിയിൽ എഴുന്നേറ്റിരുന്നു ഖവാലി പാടുമോ ? കറുമ്പൻ ഉഗാണ്ടക്കാരൻ പിറ്റേന്ന് തന്നെ മുറി മാറി പോയി യാസിൻ ആ മുറിയിൽ തനിച്ചായി എങ്കിലും ഇപ്പോഴും രാത്രികളുടെ മൂന്നാം യാമം ആയാൾ എഴുന്നേറ്റിരുന്നു പാടും.

ഡെറാ ഗാസി ഖാനിലെ പുൽത്തകിടിയിൽ മേയാൻ വിട്ട ആട്ടിൻ കൂട്ടങ്ങളെ നഷ്ടപ്പെട്ടവനെ പോലെ അയാൾ ഉണർന്നിരുന്നു പാടി. കൈ വിട്ടു പോയ അജഗണങ്ങൾക്കുകൂട്ടായി തിരികെ ആ പുൽമേടുകളിലേയ്ക്ക് എത്തും വരെ ഖവാലി മാത്രമേ ആ ചുണ്ടുകൾക്കിയിൽ നിന്നും പുറത്തേയ്ക്കു വന്നുള്ളൂ. ചില ഹൃദയങ്ങൾ അങ്ങനെയാണ് അവരുടെ ആത്മാവ് കുടി കൊള്ളുന്ന പ്രശാന്ത സുന്ദരമായ അന്തരീക്ഷത്തിലേ അവർക്കു നില നിൽക്കാനാവൂ അല്ലാത്തപ്പോഴെല്ലാം അവർ കരയിൽ പിടിച്ചിട്ട മീനിനെപ്പോലെ ചെകിള പൊളിച്ചു തലയടിച്ചു കൊണ്ടേയിരിക്കും. ആ മുറിയിൽ ഇപ്പോഴും നേർത്തൊരു ഖവാലി സംഗീതം കേൾക്കാം പുതിയ യാസിൻമാർ വന്നു കൊണ്ടേ ഇരിക്കുകയാണ് ഹൃദയത്തിൽ കൂടു കെട്ടിയ വേർപാടിന്റെ ഖവാലി സംഗീതവും പൊഴിച്ചു കൊണ്ട്, അതിങ്ങനെ അനുസ്യൂതം തുടരും ചിലതു തളിർക്കും ചിലതു വാടും ചിലതു പൂവിടും ഒരോർമ്മ പോലും അവശേഷിപ്പിക്കാതെ ചിലതു മണ്ണടിയും...

ഛദ്രം മജ്നൂൻ ആകുന്നു

ക്യാൻസൽ ചെയ്യുന്നവരുടെ ലിസ്റ്റ് നോട്ടിസ് ബോർഡിൽ ഇട്ട അന്ന് വൈകിട്ട് പരിഭ്രാന്തനായ ചദ്രം റാവു ഓഫീസിലേയ്ക്ക് ഓടി വന്നു, കൈയ്യിലൊരു പൊതിയുമായി നേരെ മുതലാളിയുടെ മുറിയിലേയ്ക്കാണു പോക്കെന്ന് മനസിലാക്കിയ ഞാനും പിന്നാലെ കൂടി മുതലാളിയുടെ ഓഫീസ് കാബിൻ തള്ളി തുറന്നു കയറിയതും അയാൾ വാഴത്തടി വെട്ടിയിട്ട പോലെ നിലത്തു വീണു സാഷ്ട്ടാംഗം പ്രണമിച്ചു. അറബി മുതലാളി കൌതുകത്തോടും പരിഹാസ ചിരിയോടെയും എന്നെ നോക്കി, ഞാനയാളെ പിടിച്ചെഴുന്നേൽപ്പിച്ചതും കട്ടി തെലുഗിൽ അയാൾ അറബി മുതലാളിയോട് സങ്കടങ്ങൾ വിവരിച്ചു തുടങ്ങി. എനിക്ക് തെലുഗു സ്വൽപം അറിയാമെന്നല്ലാതെ ഇയാൾ പറയുന്ന ഗ്രാമഭാഷ തിരിഞ്ഞിരുന്നില്ല. അറബി മുതലാളി എന്നെ ചൂണ്ടി അവനോടു പറഞ്ഞു: എന്തെങ്കിലും പരാതിയുണ്ടെങ്കിൽ ഇവനോട് പറ, ഞാൻ അല്ല ലിസ്റ്റ് ഇട്ടത് ഇവനാ. പുറത്തു പോയി നിങ്ങൾ സംസാരിക്കു എന്ന ആംഗ്യത്തിൽ മുതലാളി തടി കയിചിലാക്കി. പുറത്തേയ്ക്കിറങ്ങാൻ തുടങ്ങും മുൻപ് ചദ്രം കയ്യിലിരുന്ന പ്ലാസ്റ്റിക്ക സഞ്ചി തുറന്നു. ഒരു നിമിഷം ഞങ്ങൾ ഭയന്നു വല്ല കത്തിയോ ഏറു പടക്കമോ ആണോ ?? അതിൽ രണ്ടു ലിചിപ്പഴ ചാറിന്റെ അമ്പതു ഫിൽസ് വിലയുള്ള കുപ്പികൾ അതിൽ ഒന്ന് മുതലാളിക്ക് നേരെ നീട്ടി. ഞാൻ അത് കൈയ്യിൽ വാങ്ങി മുതലാളിയെ കണ്ണിറുക്കി കാണിച്ച ശേഷം ടേബിളിൽ വെച്ചു ഒരു കുപ്പി എനിക്കും തന്നു. അയാളുമായി ഞാൻ എന്റെ ഓഫീസിൽ എത്തി എനിക്കഭിമുഖമായി അയാൾ ഇരുന്നു ഞാൻ സംഗതി വിവരിച്ചു തുടങ്ങി അതായത് കരവീ_നമുക്കിപ്പോൾ പണി കുറവാണല്ലോ അത് കൊണ്ട് ഒരു ചെറിയ അവധി അത്രമാത്രം പണി കിട്ടിയാലുടൻ നിങ്ങളെ തിരിച്ചു വിളിക്കാം ഞാനല്ലേ പറയുന്നത്.

സങ്കടവും ദേഷ്യവും നിരാശയുമൊക്കെ ആ മുഖത്തു മിന്നി മറയുന്നത് ഞാൻ കണ്ടു. പെട്ടന്ന് ഞാൻ പോലും പ്രതീക്ഷിക്കാത്ത വേഗത്തിൽ അയാൾ ചാടിയെഴുന്നേറ്റെന്റെ കരണം നോക്കി ഒരു കീറു കീറി. തലയുടെ പല ഭാഗത്ത് നിന്നും മൂന്നാല് കിളികൾ പറന്നകന്ന പോലെ ഒരു വണ്ട് കാതിനു ചുറ്റും വട്ടമിട്ടു പറക്കുന്നത് പോലെയല്ലാതെ ഒന്നും എനി

ക്ക് കേൾക്കാൻ കഴിയുന്നില്ല ഞാൻ ഇടതു കവിളിൽ തൊട്ടു നോക്കി അസഹ്യമായ വേദന അണയിലെ മേൽപ്പല്ലുകളിൽ ഒന്ന് ട്രീപ്പിസു കളിക്കാരന്റെ ഊഞ്ഞാൽ പോലെ ആടുന്നു. ചദ്രം വേഗം ഓഫീസിന്റെ പടിയിറങ്ങി പോയി, മുതലാളി ശബ്ദം കേട്ട് പുറത്തിറങ്ങി വന്നു വായിൽ നിന്നും ചോരയൊലിപ്പിച്ച് നിൽക്കുന്ന എന്നെ കണ്ടതും പോലിസിനെ വിളിക്കാൻ ഒരുങ്ങി, വേണ്ട സാർ ഇന്നത്തെ എന്റെ നിയോഗങ്ങളിൽ ഈ ഒരു തല്ലും ഉൾപെടുമായിരുന്നു ഇതിന്റെ പേരിൽ പോലിസിനെ വിളിക്കേണ്ട അവൻ പോകുകയല്ലേ ഞാൻ മുഖം കഴുകി വീട്ടിൽ പോയി.

ഒരു സൈഡ് ചരിഞ്ഞു കിടക്കാൻ പറ്റാത്ത അസഹ്യമായ വേദന ക്ഷീണം കൊണ്ട് ഞാൻ ഉറങ്ങി രാത്രിയുടെ രണ്ടാം യാമത്തിൽ നിലയ്ക്കാത്ത ഫോൺ ശബ്ദമാണ് എന്നെ ഉണർത്തിയത്. ക്യാമ്പിൽ നിന്നും ഫോർമാനാണ്, സാർ നമ്മുടെ ചദ്രമിനു വട്ടു മൂത്തു അവൻ ഇവിടെ കിടക്കുന്ന വണ്ടികളെല്ലാം തല്ലി പൊട്ടിക്കുകയാണ്. ഞാൻ പോലിസിനെ വിളിച്ചിട്ട് ക്യാമ്പിലേയ്ക്ക് പുറപ്പെട്ടു യുദ്ധം കഴിഞ്ഞ യുദ്ധക്കളം പോലെ തകർന്ന വണ്ടിയുടെ ചില്ലുകൾ ക്യാമ്പ് മുഴുവൻ പരന്നു കിടക്കുന്നു. സഹമുറിയന്മാരും ബാക്കിയുള്ള എല്ലാവരും പേടിച്ചരണ്ടു മാറി നിൽക്കുന്നു. പോലിസ് വന്നു ഇനിയും പൊട്ടിക്കാൻ ഒന്നും ബാക്കി ഇല്ലാതെ ഒരു കോണിൽ ചുറ്റികയുമായിരുന്ന അയാളെ കീഴ്പ്പെടുത്തി വിലങ്ങു വെച്ച് കൊണ്ട് പോയി.

ഒരാഴ്ചയ്ക്ക് ശേഷം പോലീസിൽ നിന്നും എന്നെ വിളിച്ചു ഇയാൾക്ക് ഭ്രാന്തൊന്നും ഇല്ല നിങ്ങൾക്ക് കേസില്ലങ്കിൽ ടിക്കെറ്റ് എടുത്തു നാട്ടിൽ കയറ്റി വിടാം. കേസിന് പോകണ്ട എന്ന തീരുമാനത്തെത്തുടർന്ന് ടിക്കറ്റുമായി ഞാൻ ജയിലിലെത്തി. ഒരാഴ്ച് കൊണ്ട് ചദ്രം ആളാകെ മാറിയിരിക്കുന്നു മുടിയൊക്കെ പറ്റെ വെട്ടി കണ്ണുകൾ കുഴിഞ്ഞു തമോഗർത്തം പോലായിരിക്കുന്നു. കുറ്റ ബോധം കൊണ്ടയാൾ എന്റെ മുഖത്തു നോക്കാതെ നിന്നു. ഞാൻ കൈ പിടിച്ചതും അയാൾ പൊട്ടി കരഞ്ഞു സർജീ മാപ്പാക്കണം വീട് പണി പകുതിയിലാണ് മേൽക്കൂര പോലും ഇട്ടിട്ടില്ല, ഇതുവരെ കെട്ടി പൊക്കിയതിന്റെ കടം കഴുത്തോളമായിരിക്കുന്നു, ഈ അവസ്ഥയിൽ തൊഴിൽ കൂടി നഷ്ട്ടപെടുമെന്നോർത്തപ്പോൾ ഞാൻ ഭ്രാന്തനായി പോയി. എന്നോട് ക്ഷമിക്കുക ഞാൻ സാറിനെയും തല്ലി, വിലങ്ങിട്ട കൈ കൊണ്ട് എന്നെ ചേർത്ത് പിടിച്ചെന്റെ ഇടത്തെ കവിളിൽ അയാൾ ചുംബിച്ചു. ഇന്ന് രാത്രി പത്തരയുടെ വിമാനം അയാളെയും അയാളുടെ വിഹ്വലതകളുമായി പറന്നുയരുകയാണ്. എന്നും നഷ്ട്ടപെടാവുന്ന തൊഴിലിടങ്ങളിൽ അരക്ഷിതമായി ജീവിക്കുന്ന ഞാനും ഒരു നാൾ നീയായേക്കാം ഭ്രാന്തനായേക്കാം...

ടംഗ എന്ന നേപ്പാളി

ടംഗ ബഹാദൂർ റാണ അതായിരുന്നു അയാളുടെ മുഴുവൻ പേര്, ഇന്ത്യ നേപ്പാൾ അതിർത്തി ഗ്രാമമായ ബീർഗഞ്ഞിൽ നിന്നും ഏജൻസിക്ക് 5 ലക്ഷം നേപ്പാളി രൂപ നൽകിയാണ് അയാൾ ഗൾഫിൽ എത്തുന്നത്. വിചിത്രമായ രൂപഭാവാധികളും പ്രത്യേകമായ അംഗ ചലനങ്ങളും ആണ് ടംഗയെ ശ്രദ്ധിക്കാൻ എന്നെ പ്രേരിപിച്ചത് നേപ്പാളിൽ നിന്നും കൊണ്ടുവന്ന ഒരു പെട്ടി ഉണങ്ങിയ പുകയില ചുരുട്ടി വലിക്കുകയാണ് അയാളുടെ ജോലി കഴിഞ്ഞുള്ള ഏക വിനോദം. ഹിന്ദി നന്നായി സംസാരിക്കുമെങ്കിലും അധികം ആരോടും മിണ്ടാത്ത അത്യാവശം ചോദ്യങ്ങൾക്ക് മാത്രം മറുപടി പറയുന്ന ടംഗയിൽ എന്തോക്കൊയോ വലിയ നിഗൂഢത എന്നിലെ നിരീക്ഷകൻ തിരിച്ചറിഞ്ഞിരുന്നു

അന്നൊരിക്കൽ ക്യാമ്പിൽ ഒരു മോഷണം നടന്നു ശമ്പളം കിട്ടി രണ്ടു നാൾ കഴിഞ്ഞു പയ്യോളിക്കാരൻ നാസറിന്റെ ബട്ടുവ മൂടോടെ ആരോ അടിച്ചു മാറ്റി. എല്ലാ കുന്ത മുനകളും ടംഗ എന്ന നേപ്പാളി ഒറ്റയാനിലെയ്ക്ക് തിരിഞ്ഞു കാരണം ബാക്കി എല്ലാവരും മലയാളികളാണ് അവരാരു ഒന്നും മോഷ്ട്ടിക്കില്ല എന്ന് നാസറിന്റെ സാക്ഷ്യം കൂടി ആയപ്പോൾ ടംഗയെ ഓഫീസിലേയ്ക്ക് വിളിപ്പിക്കാതെ തരമില്ലന്നായി. തലയുയർത്തി കുറ്റ ബോധം ലവലേശം ഇല്ലാതെ വന്ന ടംഗയെ മുന്നിൽ നിർത്തി ഞാൻ ഒന്ന് നന്നായി കുടഞ്ഞു. ചുമന്നു കലങ്ങിയ കണ്ണുകൾ ഉയർത്തി ഗൌരവ ഭാവത്തിൽ ടംഗ എന്നെ ഉരുക്കുന്ന ഒരു നോട്ടം നോക്കി ജീവിതത്തിൽ ഇന്ന് വരെ താൻ ഒരാളുടെയും അണാ പ്പൈസ മോഷ്ടിച്ചിട്ടില്ല നിങ്ങൾക്ക് വേണമെങ്കിൽ എന്നെ പറഞ്ഞു വിടാം നിശ്ചയ ധാർട്ട്യത്തോടെയുള്ള ആ മറുപടി എന്നെ ഉത്തരമില്ലത്തവനാക്കി തെളിവുകളില്ലാതെ വെറും ആരോപണത്തിന്റെ പേരിൽ ഒരുവനെ എങ്ങനെ വിധിക്കാൻ കഴിയും ടംഗ ആ സംഭവത്തോടെ സഹപ്രവർത്തകരിൽ നിന്നും കൂടുതൽ അകന്നുവെങ്കിലും അവന്റെ ജോലിയിൽ മുൻപത്തെക്കാൾ ആത്മാർഥതയുള്ളവനായി തുടർന്നു.

രണ്ടു മാസത്തിനു ശേഷം വീണ്ടും മോഷണം ആവർത്തിച്ചു ഇക്കുറി പണം നഷ്ട്ടമായത് ഓച്ചിറക്കാരൻ തോമാച്ചന്റെ കട്ടിലിനു അടിയിൽ

നിന്നാണ് ഇരുപതു വർഷമായുള്ള കമ്പനിയിൽ തുടക്കം തൊട്ടു ജോലി ചെയ്യുന്നവരാണ് മിക്കവാറും ആളുകൾ അതിൽ തന്നെ ഏറ്റവും പുതിയത് ടംഗ മാത്രമാണ് മറ്റാരെയും ആർക്കും സംശയവും ഇല്ലതാനും എന്തായാലും ഇനി ഒരു റിസ്ക് എടുക്കാൻ മറ്റുള്ളവർ തയ്യാറായിരുന്നില്ല. ഒന്നെങ്കിൽ അവർ അല്ലെങ്കിൽ ഈ

നേപ്പാളി എന്ന ആവശ്യവുമായി അവർ എന്നെ ഗോരോവോ ചെയുന്ന ഘട്ടം

എത്തിയപ്പോൾ ടംഗയെ പുതിയ മുറിയിലേയ്ക്ക് മാറ്റി താമസിപ്പിക്കാൻ തീരുമാനം ആയി. കുറ്റം തെളിയാതെ കറഞ്ഞപക്ഷം തൊണ്ടി മുതലിൽ ഒന്നെങ്കിലും കണ്ടു കിട്ടുന്നതിനു മുൻപ് എങ്ങനെ ഒരാളെ കള്ളനാക്കും. ഉർവശി ശാപം ഉപകാരം എന്ന പോൽ ടംഗ ഒരു മുറിയിൽ ഒറ്റയ്ക്ക് സർവതന്ത്ര സ്വതന്ത്രനായി.

ഒന്ന് രണ്ടു മാസം കുഴപ്പം ഒന്നും ഇല്ലാതെ പോയി പക്ഷെ തോമാച്ചനും നാസറിനും ജോണികുട്ടിക്കും ഒക്കെ ഒരു സംശയം പണി കഴിഞ്ഞു വന്നു കുളിച്ചു കഴിഞ്ഞാൽ പിന്നെ ടംഗയെ കാണുന്നില്ല നേരം വെളുക്കുമ്പോൾ കൃത്യമായി പണിക്കു വരുന്നുണ്ട്. അപഥ സഞ്ചാരികൾക്കു എളുപ്പം നശിക്കാൻ ഉതകുന്നൊരു നഗരം കൂടിയാണിത് നിശയുടെ നിഴലിൽ അവൻ എവിടെങ്കിലും പോയി അവന്റെ കാശിനു ഭോഗിക്കട്ടെ അതിൽ കമ്പനിക്കെന്ത് !

അന്നൊരു പെരുന്നാൾ ദിനമായിരുന്നു മൂന്ന് ദിവസം നീണ്ട അവധിയുള്ള പെരുന്നാൾ ദിനം. രണ്ടാം ദിനം രാവിലെ ഏകദേശം അഞ്ചു മണിയോടെ എന്റെ ഫോൺ നിർത്താതെ ശബ്ദിച്ചു. ഉറക്കച്ചടവിൽ ആദ്യം ഒഴിവാക്കിയ ഞാൻ രണ്ടും മൂന്നും തവണ കഴിഞ്ഞിട്ടും വീണ്ടും വിളിക്കുന്നത് കണ്ടാണ് ആൻസർ ചെയ്തത്. "സയീദീ ഞാൻ ഹീര പോലിസ് സ്റേഷനിൽ നിന്നാണ് വിളിക്കുന്നത് നിങ്ങൾ പത്തു മണിക്ക് മുൻപ് ഇവിടെ എത്തണം ദൈവമേ ഈ മണൽകാട്ടിൽ ജീവിതം ആരംഭിച്ചിട്ട് ഇരുപത്തഞ്ചു കൊല്ലം കഴിഞ്ഞിരിക്കുന്നു എന്നാൽ ഈ നിമിഷം വരെ പോലിസ് സ്റേഷന്റെ വാതിൽക്കൽ പോലും പോകേണ്ടി വന്നിട്ടില്ല ഇതെന്തു പൊല്ലാപ്പാണ് തമ്പുരാനേ ! ചിലപ്പോൾ ആരെങ്കിലും വിളിച്ചു പറ്റിച്ചതാവുമോ കാൾ വന്ന നമ്പരിലേയ്ക്ക് തിരിച്ചു ഡയൽ ചെയ്തു. സുബാ അൽ ഹെയർ ഹീരാ പോലീസ് സ്റേഷൻ അപ്പുറത്ത് നിന്നും ഘന ഗാംഭീര്യം നിറഞ്ഞ ശബ്ദം അതെ അത് തന്നെ ആരും പറ്റിച്ചതല്ല. ഇനി തന്റെ തൊഴിലാളികൾക്ക് ആർക്കെങ്കിലും എന്തെങ്കിലും അപകടം നീണ്ട അവധി ആഘോഷിക്കാൻ എല്ലാവരും ബന്ധുക്കളുടെയും സുഹൃത്തുക്കളുടെയും അടുത്തു പോയിരിക്കുന്നതിനാൽ ആർക്ക് എന്ത് പറ്റിയെന്നു ഒരു പിടിയും ഇല്ല കുളിച്ചെന്നു വരുത്തി വേഗം ഒരുങ്ങി വണ്ടി ഹീരാ

പോലിസ് സ്റേഷൻ ലക്ഷ്യമാക്കി പാഞ്ഞു.

സർ എന്നെ വിളിപ്പിച്ചിരുന്നു റിസപ്ഷനിൽ ഇരുന്ന വെളുത്തു കുറുകിയ പോലീസുകാരനോട് വന്ന കാര്യം ഉണർത്തിച്ചു അകത്തു നിന്നും പച്ച കുപ്പായമിട്ട രണ്ടു പോലീസുകാർ പുറത്തിറങ്ങി വന്നു.

ടംഗ ബഹാദൂർ നിന്റെ ജോലിക്കരനാണോ ?

അതെ സർ എന്ത് പറ്റി അവനു വല്ല ആപത്തും !!

പഴക്കം വന്ന അറബി മുറിച്ചു വിക്കിയും ഞാൻ മൊഴിയുന്നത് കേട്ടിട്ടാവണം പോലീസുകാരൻ ചോദ്യം ഉറുദുവിലേയ്ക്ക് മാറ്റി. നീ എന്തിനാ അവനു വിസ കൊടുത്ത് കൊണ്ട് വന്നത് കമ്പനി പണിക്കോ അതോ ബാക്കാല കുത്തിത്തുറന്ന് മോഷ്ട്ടിക്കാനോ?

ടംഗ ശരിക്കും കള്ളൻ ആയിരുന്നോ ?എന്തൊരു പരീക്ഷണമാണ് ഇശ്വരാ !

ഒരു പോലീസുകാരൻ എന്നെയും കൂട്ടി അവൻ കിടക്കുന്ന സെല്ലിന് അരികിൽ കൊണ്ട് നിർത്തി. ടംഗ എന്റെ മുഖത്ത് നോക്കുന്നില്ല "തും ക്യോം ഐസാ കിയ എന്റെ കണ്ണുകൾ ദേഷ്യവും അരിശവും ദുഖവും കൊണ്ട് നിറഞ്ഞൊഴുകി രണ്ടു സ്റ്റാറുള്ള പോലീസുകാരൻ തോളിൽ തട്ടി എന്നെ സമാശ്വസിപ്പിച്ചു. ഇവൻ രണ്ടു ആഴ്ച മുൻപ് കമ്പനിയിൽ നിന്ന് പറയാതെ പോയതാണ് എന്ന് ഒരു പേപ്പറിൽ എഴുതി വാങ്ങി. ഇനി വിളിക്കുമ്പോൾ വരാം എന്നാ ഉറപ്പിൻ മേൽ അവർ എന്റെ ഐഡി വാങ്ങി വെച്ചശേഷം പറഞ്ഞയച്ചു. നാസറിന്റെയും തോമാച്ചന്റെയും പണം പോയ വഴികളെ കുറിച്ച് ഇനി ആലോചിക്കേണ്ടതില്ല. ഒരു അറിവും പരിചയവും ഇല്ലാതെ ഒരാളെ ജോലിക്ക് വെച്ച താൻ തന്നെയാണ് കുറ്റക്കാരൻ തിരികെ ക്യാമ്പിൽ എത്തി എല്ലാവരോടു കഥ വിവരിച്ചപ്പോൾ ചിലർക്ക് അത്ഭുതം ചിലർക്ക് പുഛം. ഞങ്ങൾ ഒരിക്കൽ കൂടി ടംഗ യുടെ മുറി തുറന്നു പരിശോദിച്ചു. തറ തുടക്കുന്ന മോപ്പുകൊണ്ട് ജിപ്സം ബോർഡിൽ കുത്തിയ ജോപ്പന്റെ തലയിലേയ്ക്ക് സോപ്പും അത്തറും വിലകൂടിയ സുഗന്ധ ദ്രവ്യങ്ങളും മഴപോലെ നിപതിച്ചു. ഒരു കൊച്ചു സൂപ്പർ മാർക്കെറ്റ് തുടങ്ങാനുള്ള സാധനങ്ങൾ ടംഗ ഭദ്രമായി മുകളിൽ മോഷ്ട്ടിച്ചു ശേഖരിച്ചു വെച്ചിരിക്കുന്നു എല്ലാവരെയും വിഡ്ഢിയാക്കി ആരോടും ഒന്നും മിണ്ടാത്ത ആ കള്ളൻ ഒരു വർഷം ഞങ്ങളുടെ ഇടയിൽ ജീവിച്ചു എന്നു ഞങ്ങൾക്കാർക്കും വിശ്വസിക്കാൻ ആയില്ല. എങ്കിലും എന്റെ നേപ്പാളീ നീ ശരിക്കും ഒരു ഇരപ്പാളി ആയിരുന്നല്ലോ...

ജലത്തേക്കാൾ സാന്ദ്രത കൂടിയ രക്തം

ബിലാൽ ഭായി അല്ലേ ?

അതെ ബിലാൽ തന്നെ, നിങ്ങളാരാണ് !

ബിലാൽ ഭായി ഞാൻ, ഞാൻ മുനവ്വറിന്റെ കമ്പനിയിലെ ഒരു ഉദ്യോഗസ്ഥനാണ് !

മുനവർ, അവനെന്തെങ്കിലും...

നിങ്ങൾ ക്ഷമയോടെ കേൾക്കണം. അദ്ദേഹത്തിന്റെ നില അൽപം ഗുരുതരമാണ്.

ഞാനിതാ വരുന്നു, അരമണിക്കൂറിനകം അയാളുടെ വാഹനം ഹോസ്പിറ്റലിനുള്ളിലേയ്ക്ക് പാഞ്ഞെത്തി.

ഹൃദയ സ്തംഭനമായിരുന്നു നാല്പത്തിയെട്ടു മണിക്കൂർ കഴിഞ്ഞാലേ എന്തെങ്കിലും പറയാൻ കഴിയൂ.

എന്റെ വാക്കുകൾ കേട്ടതും അയാൾ കൊച്ചു കുഞ്ഞിന്റെ നിർമ്മലതയോടെ വാവിട്ടു കരഞ്ഞു.

ഗുജ്ജാൻ വാലായിലെ വലിയ വീട്ടിൽ അവർ രണ്ടു കുടുംബങ്ങൾ ഒന്നിച്ചാണ് താമസിക്കുന്നത്. മുനവ്വറിന്റെ രണ്ടും മൂന്നും വയസുള്ള മക്കളും ഭാര്യയും, ബിലാലിന്റെ ഭാര്യയും മൂന്നു മുതിർന്ന കുട്ടികളും മുനവ്വറിന്റെ വലിയ ശമ്പളം കൊണ്ടായിരുന്നു ആ വീടു കഴിഞ്ഞിരുന്നത് ചേട്ടൻ ബിലാൽ ചില ചില്ലറ മരാമത്തു പണികളുമായി അലസനായി നടക്കും. മാസാവസാനം അനുജൻ കൊടുക്കുന്ന കൈമടക്കിനായി ഓഫീസിന്റെ തിണ്ണയിൽ വെച്ചയാളെ പല തവണ ഞാൻ കണ്ടിട്ടുമുണ്ട്.

നാല്പത്തിയെട്ടു മണിക്കൂർ കഴിഞ്ഞു രണ്ടു സർജറികളെ അതിജീവിച്ച മുനാവർ ജീവിതത്തിലേയ്ക്കു മടങ്ങി വന്നിരിക്കുന്നു. പതിയെ പതിയെ പഴയ ആരോഗ്യത്തിലേയ്ക്കയാൾ മടങ്ങി വരുന്നു ഹോസ്പിറ്റലിൽ കാണാൻ ചെന്നഅയാൾ എന്നോടു യാചന പോലെ ഒരു കാര്യം ആവശ്യപ്പെട്ടു. ഞാൻ ഡിസ്ചാർജ് ആകും വരെ ആരെങ്കിലും ഒരാളെ എനിക്കു സഹായത്തിനു തരുമോ ?

കരളു പറിച്ചു കൊടുക്കാൻ സന്നദ്ധനായ ചേട്ടൻ കൂടെയുള്ളപ്പോൾ നിനക്കു വേറെ ആരു കൂട്ടിനു വേണം ?

എന്റെ ചോദ്യം കേട്ടതും ദേഷ്യം കൊണ്ടയാൾ പല്ലിറുമ്മി.

ഗുജ്ജാൻ വാലായിലെ വലിയ വീട്ടിൽ അവർ രണ്ടു കുടുംബങ്ങൾ ഒന്നിച്ചാണ് താമസിക്കുന്നത്. മുനവ്വറിന്റെ രണ്ടും മൂന്നും വയസുള്ള മക്കളും ഭാര്യയും, ബിലാലിന്റെ ഭാര്യയും മൂന്നു മുതിർന്ന കുട്ടികളും മുനവ്വറിന്റെ വലിയ ശമ്പളം കൊണ്ടായിരുന്നു ആ വീടു കഴിഞ്ഞിരുന്നത് ചേട്ടൻ ബിലാൽ ചില ചില്ലറ മരാമത്തു പണികളുമായി അലസനായി നടക്കും. മാസാവസാനം അനുജൻ കൊടുക്കുന്ന കൈമടക്കിനായി ഓഫീസിന്റെ തിണ്ണയിൽ വെച്ചയാളെ പല തവണ ഞാൻ കണ്ടിട്ടുമുണ്ട്.

നാല്പത്തിയെട്ടു മണിക്കൂർ കഴിഞ്ഞു രണ്ടു സർജറികളെ അതിജീവിച്ചു മുനാവർ ജീവിതത്തിലേയ്ക്കു മടങ്ങി വന്നിരിക്കുന്നു. പതിയെ പതിയെ പഴയ ആരോഗ്യത്തിലേയ്ക്കയാൾ മടങ്ങി വരുന്നു ഹോസ്പിറ്റലിൽ കാണാൻ ചെന്ന എന്നോടു യാചന പോലെ അയാളൊരു കാര്യം ആവശ്യപ്പെട്ടു. ഞാൻ ഡിസ്ചാർജ്ജ് ആകും വരെ കമ്പനിയിൽ നിന്നും ആരെങ്കിലും ഒരാളെ എനിക്കു സഹായത്തിനു തരുമോ ?

കരളു പറിച്ചു കൊടുക്കാൻ സന്നദ്ധനായ ചേട്ടൻ കൂടെയുള്ളപ്പോൾ നിനക്കു വേറെ ആരു കൂട്ടിനു വേണം ?

എന്റെ ചോദ്യം കേട്ടതും ദേഷ്യം കൊണ്ടയാൾ പല്ലിറുമ്മി.

വോ സാലാ മേരാ ഭായി നഹി, അയാൾ എന്റെ സഹോദരൻ പോയിട്ടൊരു മനുഷ്യൻ പോലുമല്ല, അല്ലെങ്കിൽ ഞാൻ ഐ സി യുവിൽ ആയിരുന്നപ്പോൾ മരിച്ചു പോകുമെന്നു കരുതി എന്റെ ഭാര്യയെയും കുട്ടികളെയും കുടുംബ വീട്ടിൽ നിന്നും ഇറക്കി വിടില്ലായിരുന്നു.

ജോൺ ഭായി, ആപ്പ് ഐസാ ആപ്പ് കാ ഭായി കാ സാഥ് കരേഗാ ??? ജോണേ നീ നിന്റെ സഹോദരൻ മരിക്കാൻ കിടക്കുമ്പോൾ അവന്റെ കുടുംബത്തെ നീ തെരുവിൽ ഇറക്കി വിടുമോ ?

ഒരു കൊള്ളിയാൻ പോലെ ആ ചോദ്യം എന്റെ ഹൃദയത്തിലൂടെ കടന്നു പോയി. അനിയൻ ഗുരുതരാവസ്ഥയിൽ ആണെന്നറിഞ്ഞു വന്നു നിന്നു കരഞ്ഞ ബിലാലിന്റെ മുഖം എന്റെ മനസ്സിലൂടെ കടന്നു പോയി. ഉള്ളിൽ ഒന്നു വെച്ചു പുറമെ ചിരിച്ചു കാട്ടാൻ മനുഷ്യർക്കു മാത്രമേ സാധിക്കുകയുള്ളൂ. മുനവ്വർ ആവശ്യപ്പെട്ടതു പോലെ ഒരാളെ അയാളുടെ സഹായത്തിനായി ഡിസ് ചാർജ്ജ് ചെയ്യും വരെ നിയോഗിക്കപ്പെട്ടു. അയാൾ വേഗം ഡ്യൂട്ടിയിൽ തിരിച്ചെത്തി കാര്യങ്ങൾ പഴയതു പോലെ സുഗമമായി കടന്നു പോയി.

രണ്ടു മാസം കഴിഞ്ഞൊരു ശമ്പളദിനം ബിലാലിനെ മുനവറിന്റെ ഓഫീസ് വരാന്തയിൽ വെച്ചു ഞാൻ കണ്ടു. മുനവ്വർ ഒരു സങ്കോചവും

കൂടാതെ അയാളുടെ ശമ്പളത്തിൽ നിന്നൊരു പങ്കു ചേട്ടനു കൊടുക്കുന്നു.

മുനവ്വർ നീ ചാകാൻ കിടന്നപ്പോൾ ???

മുനവർ എന്നെ നോക്കി നിഷ്കളങ്കമായി ചിരിച്ചു.

ഉസ്കോ യേ ദുനിയാ പേ മേരെ അലാവാ കോയി നഹി ഹൈ!

ഈ ലോകത്തു ഞാനല്ലാതെ അവനു വേറെ ആരും ഇല്ല !!!

എന്റെയുള്ളിൽ ഞാൻ നിർമ്മിച്ചു വെച്ചിരുന്ന അഹന്തയുടെ കൂടാരങ്ങളെ കടപുഴക്കാൻ പോകുന്ന വാക്കുകൾ ഒരു ബുദ്ധനെപ്പോലെ ഉരുവിട്ടു കൊണ്ടു മുനവ്വർ മുന്നോട്ടു നടന്നു.

Blood is Thicker than Water

രക്തം ജലത്തേക്കാൾ സാന്ദ്രത കൂടിയതാകുന്നു

പീഡാനുഭവവാരം

അയ്യാ ഒയ ലങ്കവത് ?

നല്ല സിംഹളയിൽ ഉള്ള ചോദ്യം കേട്ടാണ് തിരിഞ്ഞത് പിന്നിൽ ഒട്ടി വരണ്ട കവിളും കുഴിഞ്ഞിറങ്ങിയ കണ്ണുകളുമായി ഒരു അമ്പതു വയസോളം തോന്നിക്കുന്ന ഒരു സ്ത്രീ. പത്തു കൊല്ലമായി ശ്രീ ലങ്കക്കരോടോത്തുള്ള സഹവാസം കൊണ്ട് ഞാനും കുറെ ഒക്കെ സിംഹള ഭാഷ വശത്താക്കിയിരുന്നു ഞാൻ ലങ്കക്കാരൻ ആണോ എന്നാണ് സ്ത്രീ ചോദിക്കുന്നത്.

അല്ല ഞാൻ നിങ്ങളുടെ നാട്ടുകാരാൻ അല്ല എങ്കിലും ഒരു പക്ഷെ നിങ്ങളെ എനിക്ക് സഹായിക്കാൻ കഴിയും പറയൂ സഹോദരീ എന്താണ് നിങ്ങൾക്ക് വേണ്ടത് ?

സൂര്യൻ തലയ്ക്കു മുകളിൽ തിളച്ചു നില്ക്കുന്നു അവർക്കു സംസാരിക്കാൻ പോലും ആവാത്ത വണ്ണം തൊണ്ട വരളുന്നതു പോലെ തോന്നി, ഞാൻ വലിച്ചു കൊണ്ടിരുന്ന സിഗരട്ട് പാതി വഴിയിൽ കെടുത്തി വണ്ടിയുടെ ഡോർ വലിച്ചു തുറന്നു അതിലേയ്ക്ക് ഇരിക്കാൻ അങ്ങ്യം കാട്ടി. എ സി യിൽ നിന്നുള്ള തണുത്ത കാറ്റ് ആസ്വദിച്ചിട്ടെന്നോണം കണ്ണുകൾ മെല്ലെ അടച്ചു അവർ പുറകോട്ടു ചാഞ്ഞു. ഭക്ഷണം കഴിക്കാത്തതിന്റെ തളര്ച്ചയയാവും അടുത്തു കണ്ട ബാക്കാലയിൽ നിന്നും ജ്യൂസും കേക്കും വാങ്ങി വരുമ്പോഴും അവർ സീറ്റിൽ തലചായ്ച്ചു മയങ്ങുകയാണ്.

നൻഗ്ഗീ, നൻഗ്ഗീ...

ഞാൻ ഉറക്കെ വിളിച്ചു ഇല്ല ഒരു അനക്കവും ഇല്ല. കുറച്ചു കൂടി ഉച്ചത്തിൽ വിളിച്ചു കൊണ്ടു ഞാൻ അവരുടെ ചുമലിൽ സ്പർശിച്ചതും അവർ സൈഡ് സീറ്റിലെയ്ക്കു ചരിഞ്ഞു വീണു. ദൈവമേ ഒരു പരിചയവും ഇല്ലാത്ത ഒരു സ്ത്രീ തികച്ചു അസാധാരണമായ സാഹചര്യത്തിൽ എന്റെ കാറിൽ മരിച്ചിരിക്കുന്നു. അതും നിയമവും ശിക്ഷകളും കർശനമായ ഒരു നാട്ടിൽ വെച്ച്, ഒരു നിമിഷത്തേക്ക് എനിക്ക് എന്തു ചെയ്യണം എന്നറിയാൻ വയ്യാത്തവിധം സകല നാഡീ ഞരമ്പുകളും തളരുന്നു, സ്ഥലകാലബോധം നഷ്ട്ടപെട്ടവനെ പോലെ ഞാൻ ഉറക്കെ കരഞ്ഞു എന്റെ കരച്ചിൽ കേട്ടാവണം സ്ഥലത്തു ആളുകൾ തടിച്ചു കൂടി, കൂടിയവർ കൂടിയവർ

അകത്തുകിടക്കുന്ന സ്ത്രീയെ നോക്കിയ ശേഷം കൂട്ടം കൂടി നിന്ന് എന്നെ നോക്കി എന്തൊക്കയോ അടക്കം പറഞ്ഞു. ഞാൻ മൊബൈൽ പരതി അടുത്ത സ്നേഹിതനെ വിളിച്ച കാര്യം പറഞ്ഞു പറഞ്ഞതു മുഴുവൻ കേട്ടി ട്ടും ഒന്നും മിണ്ടാതെ അവൻ ഫോൺ കട്ട് ചെയ്തു. വീണ്ടു വീണ്ടും വിളിച്ചു നോക്കി ഇല്ല നീണ്ട റിങ്ങ് മാത്രം. യഥാർത്ഥ സ്നേഹിതരെ അറിയണമെ ങ്കിൽ നിനക്കൊരു ആപത്തു വരണം എന്ന അമ്മയുടെ വാക്കുകൾ മന സ്സിൽ തികട്ടി തികട്ടി വന്നു. ആളുകൾ കൂടി കൂടി വരുന്നു ജീവിതത്തിൽ ഇന്നു വരെ മക്കളെ പോലും തല്ലാത്ത ഞാൻ ഒരു കൊലപാതകിയുടെ പരിവേഷത്തിൽ അവർക്ക് മുന്നിൽ വിചാരണ ചെയ്യപെടുന്നു.

അടുത്തുള്ള കടക്കരാൻ അറിയിച്ചിട്ടെന്നു തോന്നുന്നു ഒരു പോലീസു വണ്ടിയും അതിനു പിറകെ അംബുലൻസും ചീറി പാഞ്ഞെത്തി എന്റെ ഹൃ ദയമിടിപ്പ് അതിന്റെ ഉച്ച സ്ഥായിയിൽ എത്തി ഒരു വേള ഹൃദയസ്തംഭനം ഉണ്ടാകുമോ എന്നു ഞാൻ ഭയന്നു. പോലീസുകാരൻ വണ്ടിയിൽ നിന്നി റങ്ങിയതും എന്റെ രണ്ടു കൈയും പുറകോട്ടു ചേർത്തു വെച്ച വിലങ്ങിട്ടു.

സാർ കനിവുണ്ടാവണം ഞാൻ ഇവരുടെ ദയനീയ അവസ്ഥയിൽ ഇവരെ സഹായിക്കാൻ ശ്രമിച്ചതാണ്.

ഒരു പോലീസുകാരൻ യാതൊരു ദയയും ഇല്ലാതെ എന്നെ പോലീസ് ജീപ്പിനു പിന്നിലേയ്ക്ക് പിടിച്ചുതള്ളി. ആംബുലൻസ് നേഴ്സ് ഫി ലിപിനോ കാറിനുള്ളിൽ കയറി സ്ത്രീയെ മലർത്തി കിടത്തി

"സാർ പൾസ് ഉണ്ട് ഇവർ മരിച്ചിട്ടില്ല "എന്നുറക്കെ പറഞ്ഞു ഇതു കേട്ടതും എന്റെ ഹൃദയത്തിലൂടെ ആശ്വാസത്തിന്റെ കൊള്ളിയാൻ മിന്നി മറഞ്ഞു പോയി, അവരെ ആംബുലൻസിൽ കയറ്റി വേഗം ആശുപത്രി യിലെയ്ക്കും എന്നെ പോലീസ് സ്റ്റെഷനിലെയ്ക്കും കൊണ്ടു പോയി. ജീവി തത്തിൽ ആദ്യമായാണ് ഒരു പോലീസ് സ്റ്റേഷനു ഉള്ളിൽ കയറുന്നത് എന്നെ കൊണ്ടു വന്നത് ചെറിയ റാങ്കിലുള്ള പോലീസുകാർ ആയിരുന്ന തിനാൽ വലിയ ചോദ്യം ഒന്നും ചോദിച്ചിരുന്നില്ല അവർ മുദീർ എന്നു വി ളിക്കുന്ന ഒരു കലീനനു മുൻപിൽ എന്നെ നിർത്തി വിലങ്ങഴിച്ചു.

അസ്സലാമും അലൈക്കും തികച്ചും മാന്യമായ രീതിയിൽ അയാൾ എന്നെ അഭി സംബോധന ചെയ്തു കസേരയിൽ ഇരിക്കാൻ പറഞ്ഞതി നു ശേഷം സംഭവിച്ചത് മുഴുവൻ വിവരിക്കാൻ എന്നോട് ആവശ്യപെട്ടു. വള്ളി പുള്ളി വിടാതെ വിറയ്ക്കുന്ന ചുണ്ടുകളോടെ നടന്നതു മുഴുവൻ ഞാൻ അയാളോട് പറഞ്ഞു അത് വിശ്വസിച്ചിട്ടെന്നവണ്ണം ഒന്നും മിണ്ടാതെ കു റച്ചു നേരമയാൾ തല കുമ്പിട്ടിരുന്നു, ശേഷം മറ്റൊരു പോലീസുകാരനെ വിളിച്ചു ഹോസ്പിറ്റലിൽ വിളിച്ചു ആ സ്ത്രീക്ക് ബോധം വന്നോ എന്നു അന്വേ ഷിക്കാൻ ആവശ്യപെട്ടു.

ഇല്ല സർ, ഇതു വരെ അവർക്ക് ബോധം വന്നില്ല.

ജെന്റിൽ മാൻ അവർക്ക് ബോധം വന്ന സത്യം പറയുന്നതുവരെ നിങ്ങൾക്ക് ഞങ്ങളുടെ കസ്റ്റഡിയിൽ കഴിയേണ്ടി വരും.

വീണ്ടും പഴയ പോലീസുകാരൻ വന്ന എന്നെ ജയിലിനും ഓഫീസിനും ഇടയിലുള്ള ഇടുങ്ങിയ മുറിയിൽ ഇരുത്തി പുറത്തു നിന്നും ലോക്ക് ചെയ്തു കടന്നു പോയി, മനസാ വാചാ കർമണാ അറിയാത്ത കാര്യത്തിനൊരു ജയിൽ വാസം. സെൻട്രൽ ഏ സി യുടെ തണുപ്പിൽ മരവിച്ച മാർബിൾ തറയിൽ ഞാൻ നിവർന്നു കിടന്നു എന്റെ ഫോൺ ഓഫ് ചെയ്തത് എന്തിനെന്നറിയാതെ ഭാര്യ വിഷമിക്കുന്നുണ്ടാവും. ഓഫീസിൽ നിന്ന് ആരെങ്കിലും വന്നിരുന്നെങ്കിൽ! തന്റെ വിഷമാവസ്ഥ അറിയാവുന്നത് ആത്മ സുഹൃത്തെന്നു കരുതിയ ആ ചതിയനു മാത്രമാണ്. അവൻ ആരോടെങ്കിലും പറയുമോ പറഞ്ഞാൽ തന്നെ പൊടിപ്പും തൊങ്ങലും വെച്ച് എന്നെ ഒരു സ്ത്രീ ലമ്പടനും കൊലപാതകിയും ആക്കുമോ ? പോലീസുകാരൻ വാതിൽ തുറക്കുന്ന ശബ്ദം കേട്ടാണ് ചിന്തകളിൽ നിന്നും ഉണർന്നത്, അലുമിനിയം ഫോയിലിൽ പൊതിഞ്ഞ മസാല ചേരാത്ത ബിരിയാണി അയാൾ എനിക്ക് നേരെ നീട്ടി, നേരം വെളുത്തിട്ടു ഇതു വരെ ഒന്നും കഴിച്ചിട്ടില്ല എന്നിട്ടും വിശപ്പ് എന്നൊന്നില്ല, ബിരിയാണി വാങ്ങി വെച്ച് ഞാൻ അയാളോട് ചോദിച്ചു

"സാർ വോ ലട്കി കോ ഖോഷ് ആയാ "

ഉർദുവിൽ മറുപടി വശം ഇല്ലാത്തത് കൊണ്ടാവണം അദ്ദേഹം അറബിയിലാണ് മറുപടി പറഞ്ഞത് ഇന്നത്തെ ഹോസ്പിടൽ ടൈം കഴിഞ്ഞിരിക്കുന്നു നാളെ രാവിലെ മാത്രമേ ഹോസ്പിറ്റലിൽ പോകാൻ പറ്റൂ. ഇനി ഒരിക്കലും ആർക്കും ഒരു നന്മയും ചെയില്ല നന്മ ചെയ്യാൻ ശ്രമിച്ചത് കൊണ്ടല്ലേ തനിക്കീ ഗതി വന്നത് സ്വയം പിറു പിറുത്തു കൊണ്ട് മരവിച്ച മാര്ബിളിലെയ്ക്കു വീണ്ടും ചാഞ്ഞു.

പത്തു മണിയോടെ പോലീസുകാരൻ എത്തി ലോക്ക് തുറന്നു എന്നെ കൈവിലങ്ങ് വെച്ച് ജീപ്പിലേയ്ക്ക് നടത്തി ഹോസ്പിറ്റൽ ലക്ഷ്യമാക്കിയാണ് വണ്ടി നീങ്ങുന്നത് വണ്ടിയുടെ വേഗത്തെക്കാൾ ഏറെ എന്റെ ചിന്തകളും പാഞ്ഞു കൊണ്ടിരിക്കുകയാണ് ഹോസ്പിറ്റലിന്റെ വിശാലമായ മുറ്റത്തു വണ്ടി നിന്നു. കൈയാമം അണിഞ്ഞു ജീപ്പിൽ നിന്നും ഇറങ്ങുന്ന ഞാൻ ആയിരുന്നു ഏവരുടെയും ശ്രദ്ധാ കേന്ദ്രം. ആകെ നനഞ്ഞാൽ പിന്നെ എന്ത് കുളിര്, ഇന്നലെ മുതൽ തനിക്കു ഈ കൈവിലങ്ങ് ഒരു ശീലമായിരിക്കുന്നു എന്നെ പേടിയോടും സഹതാപത്തോടും ഒരു അത്ഭുത വസ്തുവിനെ പോലെ നോക്കുന്നവരുടെ നോട്ടങ്ങൾ അവഗണിച്ചു ഞാൻ മുന്നോട്ടു നടന്നു. ആറാം വാർഡിലെ ഏഴാമത്തെ കട്ടിലിൽ ഇന്നലെ മരിച്ചെന്നു കരുതിയ സ്ത്രീ കുത്തിയിരുന്നു ആപ്പിൾ കഴിക്കുന്നു.

നൻഗ്ഗീ ഞാൻ നിങ്ങളെ ഉപദ്രവിച്ചോ ? നോക്കു എന്റെ കൈയിലെ

വിലങ്ങുകൾ ഇതെല്ലം നീ കാരണം നിന്നോടു സഹതപിച്ച എന്ന ഒറ്റ കാരണം കൊണ്ടു മാത്രം.

ഇത്രയും പറഞ്ഞതും ഞാൻ നിയന്ത്രണം വിട്ടു പൊട്ടി കരഞ്ഞു. പോലീസിന്റെ ദ്വിഭാഷി അവരോട്ടു കാര്യങ്ങൾ ചോദിച്ച മനസിലാക്കി ഞാൻ അവരെ സഹായിക്കുക മാത്രമാണ് ചെയ്തതെന്ന് അവർ പറഞ്ഞതോടെ പോലീസ് എന്റെ കൈവിലങ്ങഴിച്ചു. ഒരു വീട്ടിലെ കൊടിയ പീഡനം സഹിക്കാതെ അവിടെ നിന്നും രക്ഷപെട്ടു വരുന്ന വഴിയായിരുന്ന അവർ, കഴിഞ്ഞ 5 ദിവസമായി ഭക്ഷണം കഴിക്കാത്തതിനാൽ തളർന്ന സംസാരിക്കാൻ പോലും ആവാത്ത അവസ്ഥയിൽ ആയിരുന്ന എന്നെ കണ്ടതും കാറിൽ ബോധ രഹിതയായതും. നിരപരാധിത്വം തെളിയിക്കപെട്ടിരിക്കുന്നു, ഇനി എനിക്ക് പോകാമല്ലോ സാർ ഞാൻ പോലീസുകാരനു നേരെ തിരിഞ്ഞു നിന്നു ചോദിച്ചു. നോ നോ തിരികെ ഓഫീസിൽ എത്തി രജിസ്റ്റർ ഒപ്പിട്ടു മുദീർനെ കണ്ടാൽ മാത്രമേ പ്രക്രീയ പൂർത്തിയാവു. വീണ്ടും വണ്ടി പോലീസ് സ്റ്റേഷനിലേയ്ക്ക് പക്ഷെ ഇത്തവണ കുറ്റവാളിയെ പോലെ തലകുനിച്ചല്ല. മുദീറിന്റെ ഓഫീസിൽ എത്തിയതും അയാൾ ക്ഷമാപണത്തോടെ എതിരേറ്റു.

സോറി മിസ്റ്റർ നിങ്ങളെ തെറ്റിദ്ധരിച്ചതിൽ ഞങ്ങൾ ആത്മാർത്ഥമായും ഖേദിക്കുന്നു! അയാൾ നീട്ടിയ രെജിസ്റ്ററിൽ ഒപ്പ് വെച്ച് പുറത്തേയ്ക്ക് ഇറങ്ങി.

പുറത്തിറങ്ങി ഫോൺ ഓൺ ചെയ്തതും ബെൽ അടിച്ചു നാട്ടിൽ നിന്നു ഭാര്യ ആണ് " എവിടാരുന്നു ചേട്ടാ എന്തായിരുന്നു ഫോൺ ഓഫ് ചെയ്തു വെച്ചത് ഞാൻ എത്ര വിഷമിചെന്നോ? പിന്നെ ഇന്നു ഓശാന പെരുന്നാൾ ആണ് ഇനി വരാനിരിക്കുന്നത് പീഡാനുഭവ വാരമാണ്, ഈ ആഴ്ച പാവങ്ങളെ കൈ അയച്ചു സഹായിക്കണം " അവൾ സംസാരിച്ചു കൊണ്ടേ ഇരുന്നു, ഒരു പാവത്തിനെ സഹായിച്ചതിന് ഞാൻ അനുഭവിച്ച പീഡാനുഭവത്തെ പറ്റി അവളോട് പറഞ്ഞില്ല. സാധാരണ വണ്ടി സിഗ്നലിൽ നിർത്തുമ്പോൾ സ്ഥിരം ഭിക്ഷ വാങ്ങുന്ന കിളവൻ ബംഗാളി കാറിന്റെ ചില്ലിൽ വന്നു മൂന്നു തവണ കൊട്ടിയിട്ടും ഞാൻ കണ്ട ഭാവം നടിച്ചതേയില്ല...

ഭൂകമ്പം

ജാപ്പയിലെ വീട്ടിലിപ്പോൾ ആരെങ്കിലും ഉണ്ടാവുമോ എന്ന ഞാൻ ഭയക്കുന്ന. കഴിഞ്ഞ രണ്ടാഴ്ചയായി അവിടേയ്ക്കുള്ള സകല വാർത്താവിനിമയ ബന്ധങ്ങളും ഭൂകമ്പത്തെത്തുടർന്ന തകരാറിൽ ആയിരിക്കുകയാണ്. നാലു കൊല്ലം കഴിഞ്ഞിരിക്കുന്ന എന്റെ കുട്ടികളെ, പ്രിയപ്പെട്ടവളെ ഞാൻ ഒന്ന കണ്ടിട്ട്, മതി ഇനി മതി, നാട്ടിൽ പോയാലും ഞാൻ ജീവിക്കും ഇച്ചിരി ആഡംബരം കുറയുമായിരിക്കും എന്നാലും എനിക്കെന്റെ കുട്ടികളോടൊത്തു ജീവിക്കാമല്ലോ !

ദയവായി എന്തെങ്കിലും ചെയ്യു തരണം സർ ! അയാൾ എന്റെ മുന്നിൽ നിന്നും കുഞ്ഞുങ്ങളെപ്പോലെ കണ്ണു നീർ വാർത്തു കരഞ്ഞു. ഞാനയാളുടെ കൈയ്യിലുണ്ടായിരുന്ന പാസ്പോർട്ട് കോപ്പി വാങ്ങി നോക്കി കഴിഞ്ഞ മൂന്ന കൊല്ലമായി അയാൾക്കു വിസ പോലും ഉണ്ടായിരുന്നില്ല ഏതോ കമ്പനിയിൽ വന്ന ഒരു കൊല്ലം ജോലി ചെയ്യ ശേഷം പുറം ജോലികൾക്കായി ചാടിയതാണയാൾ. ഇമ്മിഗ്രേഷൻ ചെക്കപ്പിൽ പിടിക്കപ്പെട്ടാൽ ഇനിയൊരിക്കലും ഈ നാട്ടിലേയ്ക്കു കയറി വരാൻ കഴിയില്ല എന്നയാൾക്കു നന്നായി അറിയാം അതു കൊണ്ടു തന്നെയാണ് നിൽക്കാവുന്നതിന്റെ പരമാവധി ആയാൾ ഒളിച്ചും പാത്തുമിവിടെ ജോലി ചെയ്യു ജീവിച്ചത്.

എനിക്കൊന്നും ചെയ്യാൻ കഴിയുമെന്ന തോന്നുന്നില്ല ജോഷി, കാരണം നിങ്ങൾ കഴിഞ്ഞ മൂന്ന കൊല്ലമായി നിയമപരമായി ഈ രാജ്യത്തെ താമസക്കാരനേയല്ല. കുടിയേറ്റ വിഭാഗത്തിനു മുന്നിൽ കീഴടങ്ങിയാൽ മാത്രമേ നിങ്ങൾക്കു നേപ്പാളിലേയ്ക്കുള്ള യാത്ര സാധ്യമാകൂ.

നാളെ കീഴടങ്ങിയാൽ നാളെ തന്നെ എനിക്കു കയറി പോകാൻ കഴിയുമോ സാർ ?

നിയമത്തിനു അതിന്റേതായ വഴികളുണ്ട്, അതിലൂടെ മാത്രമേ നിങ്ങൾക്കു പുറത്തു കടക്കാൻ കഴിയൂ അത് ചിലപ്പോൾ ഒരു ദിവസമോ ഒരു മാസമോ ഒരു വർഷമോ വരെ നീണ്ടേക്കാം. നിങ്ങളുടെ കേസ് പരിഗണിക്കുന്ന കോടതിയാണത് തീരുമാനിക്കേണ്ടത്.

എന്റെ മറുപടി ജോഷി ഗോവിന്ദ് റാം എന്ന മുപ്പത്തി നാലുകാരനെ

തൃപ്തിയാക്കിയില്ല എന്നയാളുടെ മുഖഭാവം എന്നോടു പറയുന്നുണ്ടായിരുന്നു. തല താഴ്ത്തി ആയാൾ മുന്നോട്ടു നടന്നു പോയി ഞാൻ എന്റെ മറ്റു തിരക്കുകളിലേയ്ക്കും വ്യാപൃതനായി.

ഒരു ദിവസംതുടങ്ങുന്നതും അവസാനിക്കുന്നതിനുമിടയിൽ ദയനീയതയുടെ ഒരുപാടു മുഖങ്ങൾ കാണുന്നതിനാൽ ആരെയും പ്രത്യേകിച്ച് ഓർത്തു വെയ്ക്കാറില്ല. അല്ലെങ്കിൽ തന്നെ അന്നന്നത്തെ വിഷമിപ്പിക്കുന്ന അദ്ധ്യായങ്ങൾ ചീന്തിയെറിഞ്ഞു കൊണ്ടാണ് കിടക്കയിലേയ്ക്കു ചായുന്നത്. ജ്വലിച്ചു നിൽക്കുന്ന സൂര്യനു കീഴിൽ വാടി വീഴുന്ന ഒരു പാടു ജന്മങ്ങളുടെ കണ്ണീർ വീണതിനാലാവും ഈ ഭൂമി ഊഷരമായി തന്നെ തുടരുന്നതെന്നു പലപ്പോഴും തോന്നിയിട്ടുമുണ്ട്.

മൂന്നോ നാലോ ദിവസം കഴിഞ്ഞിട്ടുണ്ടാവണം ജോഷി എന്റെ മൊബൈലിലേയ്ക്കു വിളിച്ചു. പതിവിനു വിപരീതമായി അയാൾ വെടിപൊട്ടുന്ന ഉച്ചയിലാണ് സംസാരിച്ചു തുടങ്ങിയത് ഒരു വേള കർണ്ണപുടങ്ങൾക്കു അസ്സഹനീയത ഉണ്ടാകുന്നെന്നു കണ്ടപ്പോൾ ഞാൻ അയാളോടു കുറച്ചു പതിയെ സംസാരിക്കാൻ ആവശ്യപ്പെട്ടു.

സാർ ഞാനിനി നാട്ടിലേയ്ക്കു പോകുന്നില്ല ! അവിടെയിനി എനിക്കാരുമില്ല കഴിഞ്ഞ ആഴ്ച വീണ്ടുമുണ്ടായ ഭൂകമ്പത്തിൽ എന്റെ ഭാര്യയും രണ്ടു മക്കളും എന്റെ വീടും നഷ്ട്ടപെട്ടു. ഞാനിനി ആരെ കാണാനാണ് അങ്ങോട്ടു പോകേണ്ടത്. അയാളുടെ സ്വരം മുമ്പത്തേക്കാൾ ദൃഢമാകുന്നതു പോലെ എനിക്കു തോന്നി.

ഇനി ഞാൻ എന്തു ചെയ്യണം സാർ ? അയാളുടെ ചോദ്യം ആയിരം മുനയുള്ള അസ്ത്രം പോലെ എന്റെ നേരെ ചീറി പായുന്നതു പോലെ എനിക്കു തോന്നി.

സബ് ടീക്ക് ഹോജായേഗാ ! എല്ലാം ശരിയാകും നീ സമാധാനത്തിൽ പോയി ഉറങ്ങൂ.. മറുപടിയൊന്നുമില്ലാതെ ആ ഫോൺ കീ കീ ശബ്ദത്തിനു വഴിമാറി.

ഇമ്മിഗ്രേഷൻ റോഡിലെ റൊട്ടിക്കടയുടെ അരികിൽ പതിവില്ലാത്ത ആൾ ബഹളം കണ്ടാണ് വാഹനം ഒതുക്കി ഞാനിറങ്ങിയത്. സൊമാലിയക്കാരൻ അഹമ്മദ് എന്നെ വിലക്കി അങ്ങോട്ടു പോകണ്ട ഏതോ മലബാറി ലിപ്ടൺ ആയതാണ്. മലബാറികളാണ് മരുഭൂമിയിൽ ചെറിയ കാര്യങ്ങൾക്കു പോലും കയറു തേടുന്നതെന്നു സോമാലി വരെ മനസ്സിലാക്കിയിരിക്കുന്നു. എന്തായാലും ഇറങ്ങി ഒന്നു നോക്കിയിട്ടു പോകാം പോലീസ് വന്നാൽ പിന്നെ ഒരാളെയും അടുപ്പിക്കില്ല. തൂങ്ങിയാടുന്ന കയറിന്റെ അറ്റത്തേയ്ക്കു ഞാൻ ഒന്നേ നോക്കിയുള്ളൂ ജോഷി ഗോവിന്ദ് റാം !!! ഭൂകമ്പത്തെയും പ്രതിരോധിച്ച നേപ്പാളിച്ചിരിയോടെ അയാൾ എന്നോടെന്തോ പറയനായുന്നതു പോലെ.

'അവിടെയെനിക്കിനി ആരുമില്ല സാർ

ഞാനിനി എന്തിനാണ് അങ്ങോട്ട് പോകുന്നത്'.

പ്രിയപ്പെട്ടവരുള്ള ഇടം തേടി പോയ പരിചിതനെ കളഞ്ഞു കാറിലേറുമ്പോൾ നിലവിളി ശബ്ദമുണ്ടാക്കി കൊണ്ടാ വാഹനം ഇമിഗ്രേഷൻ റോഡിലൂടെ എന്നെ കടന്നു പോയി...

നല്ല കെട്ടുള്ള ഖാൻ

ഗുൽസാർഖാൻ ലഡ്ഡു നീട്ടിയപ്പോൾ ഞാൻ കണ്ണിറുക്കി അതല്ലേ കാര്യം എന്നുറപ്പ് വരുത്തി.

കുലുങ്ങി ചിരിച്ചു കൊണ്ടയാൾ അതെയെന്നു തലയാട്ടി, നാലാമത്തെ ഭാര്യയുടെ ആറാമത്തെ പ്രസവത്തിന്റെ സന്തോഷം പങ്കു വെയ്ക്കാനാണ് ഈ ലഡ്ഡു വിതരണം എന്ന് മനസ്സിലാക്കിയ കല്യാണം കഴിഞ്ഞിട്ടു ആറു വർഷമായിട്ടും കുട്ടികളില്ലാത്ത അറുമുഖൻ ലഡ്ഡു വാങ്ങാതെ പിണങ്ങി മാറി നിന്നു. തന്റെ നിയന്ത്രണത്തിലല്ലാത്ത കണ്ണുനീർ മൂക്കളയും ചേർത്തു പിഴിഞ്ഞു വർഷോപ്പിന്റെ ജനാലയിലൂടെ പുറത്തേയ്ക്കെറിഞ്ഞു.

ഖാൻ സാബ് വല്ല ധാരണയുമുണ്ടോ ഇപ്പോൾ നിങ്ങൾക്കാകെ എത്ര കുട്ടികളുണ്ടെന്ന് ?

മൂന്നു ഭാര്യമാരിലായി പതിനാറ് കുട്ടികൾ, എന്റെ സംശയം തീർത്ത ശേഷം പഞ്ഞിക്കെട്ടു പോലുള്ള താടി തടവി അയാൾ എന്നെ നോക്കി കളിയാക്കി ചിരിച്ചു.

ആദ്യത്തെ ഭാര്യ കുൽസും പ്രസവിക്കില്ല, ചെറുപ്പത്തിലേ അവളുടെ ഗർഭപാത്രം ഏതോ അസുഖം ബാധിച്ചതിനെ തുടർന്നു എടുത്തു കളഞ്ഞു. അവളുടെ അനിയത്തിമാരാണ് ബാക്കിയുള്ള മൂന്നു ഭാര്യമാരും !

ഒരു കുടുംബത്തിലെ നാലു പെൺകുട്ടികളെ ഭാര്യമാരായി വെക്കുക എന്റെ അത്ഭുതം, ആറുമുഖനിലേയ്ക്കും പടരുന്നത് ഞാൻ കണ്ടു ദുഃഖം മറന്നവൻ ഓടി എന്റെ അടുത്തു വന്നിരുന്നു. ഖാൻ സാഹിബ് വായ തുറന്നാൽ നല്ല എരിവും പുളിയുമുള്ള കഥകൾ കേൾക്കാം.

ഭാര്യമാർ തമ്മിൽ വഴക്കടിക്കില്ലേ ? അറുമുഖനാണ് അതു ചോദിച്ചത് അമ്മയുമായുള്ള നിരന്തര ഗുസ്തിയെത്തുടർന്നു പൊണ്ടാട്ടിയെ വേറെ വീടെടുത്തു താമസിപ്പിക്കുന്ന അറുമുഖനു അതൊരു അത്ഭുത ചോദ്യമായിരുന്നു. ഇല്ല അവരൊരിക്കലും വഴക്കടിച്ചു ഞാൻ കണ്ടിട്ടില്ല, പാകിസ്ഥാനിൽ ഇങ്ങനെ ഒരു പാടു കുടുംബങ്ങളുണ്ട് മൂന്നും നാലും ഭാര്യമാരുമായി വലിയ കുടുംബമായി ജീവിക്കുന്നവർ ഞങ്ങൾക്കിതൊരു അത്ഭുതമേയല്ല.

അപ്പോൾ ഖാൻ സാബ് ലീവിനു ചെല്ലുമ്പോൾ ആരാദ്യം!!! എന്റെ ചോദ്യത്തിലെ കുസൃതി മനസിലാക്കി വായിൽ കടിച്ചു പിടിച്ചിരുന്ന വേ

പ്പിൻ കമ്പുമായി അയാൾ എഴുന്നേറ്റു മുന്നോട്ടു നടന്നു.

അമ്മാവെ വണങ്ങാത് ഉയിരില്ലയെ എന്ന ഗാനവുമായി അറുമുഖ ന്റെ മൊബൈൽ ചിലച്ചു, അയാൾ ദേഷ്യപ്പെട്ടു തുടങ്ങി

പൈത്യക്കാരി, ഒരു കൊളന്തക്കാകെ നാ വേറെ ഒരു തിരുമണം കഴിക്ക പോവറേ %&$#@@

മൊബൈലിന്റെ അങ്ങേ തലയ്ക്കൽ നിന്നും വെടി ശബ്ദം മുഴങ്ങുന്ന തെനിക്കിവിടെ ഇരുന്നു കേൾക്കാം.

അപ്പ പ്പാ ഇന്ത പാകിസ്ഥാനി പെൺപിളയെ സമ്മതിക്കണം !!

അറുമുഖൻ നിറുത്തി വെച്ചിരുന്ന പണിയിലേയ്ക്കു വ്യാപൃതനാകുന്ന തിനായി വെൽഡ് ചെയ്തു വെച്ചിരുന്ന ലോഹ കഷണത്തിലേയ്ക്കു ഇരുമ്പു കൂടമെടുത്തു ആഞ്ഞടിച്ചു.

ചില സൗഭാഗ്യങ്ങൾ ലോകത്തിന്റെ പ്രത്യേക കോണിൽ മാത്രം അനുവദിക്കപ്പെട്ടതിലുള്ള മുഴുവൻ അമർഷവും ആ അടിയിൽ പ്രതിധ്വ നിച്ചു മുഴങ്ങി.

രാജകുമാരി

ടെർമിനൽ ടുവിലെ ആഗമന ഹാളിലെ കസേരയിൽ ഇരിക്കു മ്പോൾ കല പില ശബ്ദമുണ്ടാക്കിക്കൊണ്ടൊരു സ്വദേശി യുവാവും യുവതിയും എനിക്കടുത്തു വന്നിരുന്നു. വേഷവിധാനം കൊണ്ട് അവരൊരു സ്വദേശി കുടുംബത്തിൽ നിന്നാണെന്നു തോന്നിയെങ്കിലും ഇവിടെയെത്തുന്ന ബംഗാളികളും മലയാളികളും വരെ ഇവരുടെ വേഷം അനുകരിക്കാൻ ഉത്സാഹം കാട്ടുന്നതിനാൽ വേഷം കണ്ടു ആരാണെന്നു ഉറപ്പിക്കാൻ നിർവാഹമില്ല. എയർപോർട്ടിലെ ആഗമന ഹാളിൽ വിരലിലെണ്ണാവുന്നവർ മാത്രമേയുള്ളൂ കാരണം അതൊരു റമദാൻ നോമ്പു തുറയുടെ സമയമാണ്. മാത്രവുമല്ല ആ എയർപോർട്ടിൽ ബജറ്റ് എയർലൈൻസിന്റെ ഒന്നോ രണ്ടോ യാത്രാ വിമാനങ്ങളേ വരാറുണ്ടായിരുന്നുള്ളൂ. ബാക്കിയൊക്കെ ചരക്കു വിമാനങ്ങളായിരുന്നു അതിലൂടെ സർവീസ് നടത്തുന്നത്.

മുതലാളിയുടെ വീട്ടിലേയ്ക്കു പുതിയ വീട്ടുജോലിക്കാരി വരുന്നു. അവരെ പിക്ക് ചെയ്തു വീട്ടിലെത്തിക്കുകയാണ് എന്റെ ആഗമനോദ്ദേശ്യം. മുതലാളിയുടെ സെക്രട്ടറി പ്രിന്റ് ചെയ്തു തന്ന കറുത്ത പൊക്കം കുറഞ്ഞ മധ്യവസ്കയായ സ്ത്രീയുടെ ചിത്രമുള്ള പ്ളക്കാര്ഡുമായി കൊളോമ്പോയിൽ നിന്നുള്ള ശ്രീലങ്കൻ വിമാനം വരുന്നതും കാത്താണ് ഞാനവിടെ ഇരിക്കുന്നത്. എന്റെ കൈയ്യിലെ പ്ലക്കാർഡിൽ കണ്ട ഫോട്ടോയുടെ മുന്നിൽ വന്നു നിന്ന സ്വദേശി ദമ്പതികൾ അതിലേയ്ക്ക് സൂക്ഷിച്ചു നോക്കി അറബിയിൽ എന്തോ കമന്റ് പറഞ്ഞു പൊട്ടിച്ചിരിച്ചു. അവരുപയോഗിക്കുന്ന ഗ്രാമ ഭാഷ കലർന്ന അറബി കേട്ടതും അവർ സ്വദേശികൾ തന്നെയെന്നു ഞാൻ ഉറപ്പിച്ചു.

ഇത് നിന്റെ ഭാര്യയാണോ ?

ആ ചോദ്യത്തിലെ പരിഹാസം എനിക്കു പിടിച്ചില്ല എന്നു ദ്യോതിപ്പിക്കവണ്ണം ഞാൻ മിണ്ടാതെയിരുന്നു.

സുഹൃത്തേ, നീ പിണങ്ങാൻ ചോദിച്ചതല്ല, നീ ശ്രീലങ്കക്കാരൻ അല്ല അല്ലേ ?

ഞാൻ ഇന്ത്യക്കാരനാണ്, ഇതെന്റെ മുതലാളിയുടെ വീട്ടിൽ പുതുതാ

യി വരുന്ന ജോലിക്കാരിയാണ്. ഡ്രൈവർമാരെല്ലാം നോമ്പു തുറയ്ക്കു പോയതിനാൽ ഞാൻ ഇവരെ കൂട്ടാൻ വഴിതെറ്റിയെത്തിയതാണ്. എന്റെ സംസാരത്തിൽ ഉടനീളം ഇതു ഞാൻ ചെയ്യേണ്ട ജോലി അല്ലെന്ന പുശ്ച സ്വരം അയാൾ വായിച്ചെടുത്തു എന്നു തോന്നിയത് പോലെ അയാളെന്റെ അടുത്ത് തന്നെ വന്നിരുന്നു. ഞങ്ങളുടെ സംസാരം കൂടുതൽ വിപുലമായി എന്റെ ജോലിയും അതിലെ സാധ്യതകളുമെല്ലാം ഒരു ഗവേഷകന്റെ ചാതുര്യത്തോടെ ആ യുവാവ് ചോദിച്ചറിയുകയാണ്. അഞ്ചു കൊല്ലത്തെ ഓക്സ്ഫോർഡ് യൂണിവേസിറ്റി വിദ്യാഭ്യാസം കഴിഞ്ഞതും നഗര വികസന മന്ത്രാലയത്തിൽ ഉന്നത ഉദ്യോഗം ലഭിച്ചു. കൂടെ വന്നിരിക്കുന്നത് സഹോദരിയാണ് അവരും സർക്കാർ ഉദ്യോഗസ്ഥയാണ്.

ശ്രീലങ്കയിൽ നിന്നും ആരാണ് വരുന്നത് ?

'അമ്മ !

എന്റെ ചോദ്യത്തിനു മറുപടി പറഞ്ഞത് വെളുത്തു കൊലുന്നനെയിരുന്ന മധുരമായി പുഞ്ചിരിക്കുന്ന ആ പെൺകുട്ടിയാണ്.

കൂടുതൽ ചോദ്യങ്ങളിലേയ്ക്കു ഞാൻ കടന്നില്ല അതിന്റെ ആവശ്യം ഉണ്ടെനിക്കു തോന്നിയുമില്ല. പിന്നെയുമാ യുവാവെന്നോടു മാനേജമെന്റ് കാര്യങ്ങളെക്കുറിച്ചു എന്തൊക്കയോ സംസാരിച്ചു കൊണ്ടേയിരുന്നു. ശ്രീലങ്കൻ എയർ ലൈൻസിന്റെ വിമാനം കൊളംബോയിൽ നിന്നും എത്തിയതായി അറിയിപ്പ് മുഴങ്ങുന്നു. അൽപ സമയത്തിനുള്ളിൽ ആളുകൾ പുറത്തേയ്ക്കിറങ്ങി തുടങ്ങി. എന്റെ പ്ലക്കാർഡിലുള്ള ആളിന്റെ മുഖവും നോക്കി ഞാൻ നിൽക്കെ ഉച്ചത്തിലുള്ള ഒരു കൂവൽ കേട്ടു.

കുമാരീ...

കുറച്ചു മുന്നേ എനിക്കടുത്തിരുന്ന സ്വദേശി യുവതിയാണ് ആരെയോ കണ്ട സന്തോഷത്തിൽ ഉച്ചത്തിൽ സ്വയം മറന്നു വിളിക്കുന്നത്. അവർ ഓടി അകത്തു കയറി കറുത്തു മെലിഞ്ഞു നീണ്ട അറുപത്തി അഞ്ചു വയസു കഴിഞ്ഞെന്നു തോന്നിക്കുന്ന ഒരു സ്ത്രീയെ കെട്ടിപ്പിച്ചു തുരു തുരാ ഉമ്മ വെയ്ക്കുന്നു. അവരുടെ ട്രോളിയുടെ നിയന്ത്രണം ആ യുവാവ് ഏറ്റെടുത്തിരിക്കുന്നു. എനിക്കടുത്തെത്തിയതും അവർ മൂവരും നിന്നു.

സുഹൃത്തേ കാണുക !

ഇതാണ് ഞങ്ങളുടെ 'അമ്മ !

ഞങ്ങളെ പ്രസവിക്കാത്ത ഞങ്ങളുടെ 'അമ്മ !

പതിനഞ്ചു വയസുവരെ ഞങ്ങളെ നിലത്തും താഴത്തും വെയ്ക്കാതെ വളർത്തിയ ഞങ്ങളുടെ പൊന്നമ്മ ! ഞങ്ങൾക്കു ഇരുവർക്കും ജോലി ആയ ശേഷം ഈ അമ്മയെ ഞങ്ങളുടെ ചിലവിൽ വീണ്ടും ഇവിടെയെത്തിക്കുകയെന്ന ജീവിത സാഫല്യമാണ് ഇപ്പോൾ ഇവിടെ സംഭവിക്കുന്നത്. സ്വദേശി യുവാവ് അവരുടെ മൂർദ്ധാവിൽ അമർത്തി ചുംബിച്ചു മു

ന്നോട്ട നടന്നു.

ഞാൻ കാത്തിരുന്നയാൾ വന്നു അവരുടെ മുഖം പതിച്ച പ്ലക്കാർഡ് കണ്ടു തിരിച്ചറിഞ്ഞിരിക്കുന്നു. കാർ പാർക്കിങ്ങിൽ ലഗേജുകൾ വണ്ടിയിൽ കയറ്റുമ്പോൾ കർണ്ണപുടം തുളച്ചൊരു ചൂളം വിളി മുഴങ്ങി. ഞാൻ തിരിഞ്ഞു നോക്കി ആ സ്വദേശി യുവാവും യുവതിയും കുമാരിയുമൊപ്പം പുൽത്തകിടിയിലിരുന്നു നോമ്പ് തുറയ്ക്കുള്ള തയ്യാറെടുപ്പിലാണ്. അവർ ഞങ്ങളെയും സ്നേഹപൂർവ്വം ക്ഷണിക്കുന്നു.

വരൂ നമുക്കൊരുമിച്ചിരിന്നു ഇന്നത്തെ നോമ്പ് തുറക്കാം !

നോമ്പ് തുറക്കുന്നതിനുള്ള അറിയിപ്പ് മുഴങ്ങിയിരിക്കുന്നു. കുമാരി ശ്രീലങ്കയിൽ നിന്നും കൊണ്ടു വന്ന ചക്ക ചുളകൾ ഓരോന്നായി വിടർത്തി അവരിരുവർക്കും മാതൃ വാത്സല്യത്തോടെ നൽകുന്നു. പഞ്ചാമൃതം കിട്ടിയ കുട്ടികളുടെ സന്തോഷത്തോടെവർ അതേറ്റു വാങ്ങി കഴിക്കുന്നു. പീഡിപ്പിക്കപ്പെട്ടുകയും ചൂഷണം ചെയ്യപ്പെട്ടുകയും ചെയ്യപ്പെട്ടുന്ന ഒരു പാട് കുമാരിമാർക്കിടയിൽ ഇങ്ങനെ ചില രാജ കുമാരിമാർ കൂടിയുണ്ടെന്ന അറിവെനിക്കു അപൂർവവും ആനന്ദദായകവുമായിരുന്നു...

ജെല്ലിക്കെട്ടു മാപ്പിളൈ

നാട്ടിൻ പുറത്തിന്റെ നന്മയും നിഷ്കളങ്കതയുമുള്ള മൂർത്തി കറ തീർന്ന വെൽഡർ ആയിരുന്നു. ഇരുമ്പ് കോശങ്ങളെ കൂട്ടിയിണക്കും വിധം ഭംഗിയായി ശസ്ത്രക്രിയ നടത്താൻ കഴിയുന്നത്ര നൈപുണ്യമുള്ള മൂശാരി. കടുത്ത ഈശ്വര വിശ്വാസിയായ സുന്ദര മൂർത്തിക്കു ഒരു കുഴപ്പം ഉണ്ടായിരുന്നു അയാൾക്കു ഇരുട്ടിനെ ഭയമായിരുന്നു. നാലഞ്ചു പേർ ഒരുമിച്ചുറങ്ങുന്ന മുറിയിൽ അയാളുടെ ഭയങ്ങളെ പ്രതി രാത്രിയിൽ പോലും ലൈറ്റ് ഓഫ് ആക്കാൻ കഴിയാത്ത സ്ഥിതി വന്നപ്പോഴാണ് സുന്ദര മൂർത്തിക്ക് ഒറ്റയ്ക്ക് ഒരു മുറി കൊടുക്കുന്നതിലെയ്ക്ക് കമ്പനി നിർബന്ധിതമായത്.

ഒരിക്കലും അണയാത്ത വിളക്കുകളുള്ള ഒരു മുറിയിൽ സുന്ദര മൂർത്തി താമസം ആരഭിച്ചു ദിവസങ്ങൾക്കു ശേഷം റൂമിനരുകിലെ ബീഹാറികൾ കൂട്ടമായി ഓഫീസിൽ എത്തി ഒരു പരാതി പറഞ്ഞു സുന്ദരമൂർത്തി നേരം വെളുക്കുവോളം ആരോടോ ഉച്ചത്തിൽ സംസാരിക്കുന്നത്രേ ഒന്നല്ല പല തവണ അവർ ഒച്ചയും ബഹളവും കേട്ടു അവർ ഞെട്ടി ഉണരുന്നുണ്ടത്രേ.

ഞാൻ മൂർത്തിയെ ഓഫിസിലേക്കു വിളിപ്പിച്ചു. കയറിവന്നതും പതിവു ഭവ്യതയോടും വിനയത്തോടും കൂടി അയാളെന്നെ അഭിവാദ്യം ചെയ്തു.

" ഇല്ല സാർ ഞാൻ ആരോടും സംസാരിക്കാറില്ല ബീഹാറികളുടെ ഭാഷ എനിക്കും എന്റേത് അവർക്കും തിരിയില്ലെ, ചിലപ്പോൾ അവർക്കു തോന്നിയതാവാം" കുലീനമായ മറുപടി നൽകി അയാൾ പോയി. കുറച്ചു ദിവസങ്ങൾക്കു ശേഷം ബീഹാറികൾ വീണ്ടും പരാതിയുമായെത്തി വീഞ്ഞപലകയിൽ തീർത്ത പോർട്ടോ കാബിനിൽ രാത്രി രണ്ടു മണി കഴിയുമ്പോൾ ആരോ ആഞ്ഞടിക്കുന്നത്രേ സുന്ദരമൂർത്തിയാണതെന്നു അവർ തറപ്പിച്ചു പറയുന്നു ഇക്കുറി ഞാൻ സുന്ദര മൂർത്തിയെ വിളിപ്പിച്ചില്ല പകരം എന്താണാ റൂമിൽ നടക്കുന്നതെന്നറിയാൻ തന്നെ തീരുമാനിച്ചു.

രാത്രി സുന്ദരമൂർത്തി റൂമിൽ കയറി വാതിലടച്ചതിനു ശേഷം ശേഷം ഞങ്ങൾ ഉറങ്ങാതെ നോക്കിയിരുന്നു മൂർത്തി കട്ടിലിൽ തല വെച്ചതും കൂർക്കം വലിച്ചു ഉറങ്ങി തുടങ്ങി, ആദ്യ മണിക്കൂറിൽ കൂർക്കം വലിയല്ലാതെ ഒന്നും കേൾക്കാനില്ല, രണ്ടാം മണിക്കൂറിൽ അയാൾ കട്ടിലിൽ എഴ

ന്നേറ്റിരുന്നു. ഞാൻ മൊബൈൽ ക്യാമറ ഓൺ ആക്കി ജനാലയിലൂടെ അകത്തെ ദൃശ്യങ്ങൾ റെക്കോർഡ് ചെയ്യാൻ ആരംഭിച്ചു, " അപ്പാ എന്നാലെ മുടിയില്ലേ അപ്പാ, മുടിയിലെന്നാ മുടിയിലേ... അയാൾ ഉറക്കെ അലറി, ആരോ അയാൾക്കു അഭിമുഖമായി ഇരിക്കുന്നു അയാളോടെന്ന പോലെ മൂർത്തിയുടെ സംസാരം ഉച്ചത്തിൽ ആകുകയാണ്.

അവസാനം സുന്ദര മൂർത്തി എഴുന്നേറ്റു ഞാൻ നിൽക്കുന്ന ജനാലയ്ക്കു അഭിമുഖമായി വന്നു തല അതിൽ ചേർത്തടിച്ചു ഉറക്കെ കരഞ്ഞു കൊണ്ടു നിലത്തു വീണു. ഇനി അയാൾ എഴുന്നേൽക്കില്ല എന്നുറപ്പിച്ച ഞാൻ ജനൽ പാളി മുറുകെ അടച്ചു. എനിക്കു വിശ്വാസം വന്നു എന്നു ബോധ്യമായ ബീഹാറികൾ പിരിഞ്ഞു പോയി.

പിറ്റേന്നു ഞാൻ വീണ്ടും സുന്ദര മൂർത്തിയെ വിളിപ്പിച്ചു പതിവു ചന്ദന ക്കുറിയും കർപ്പൂര മണവുമായി അയാൾ അടുത്തെത്തി. ഒന്നും മിണ്ടാതെ ഞാൻ മൊബൈൽ ലാപ്ടോപ്പിൽ കണക്റ്റ് ചെയ്തു വീഡിയോ പ്ലേ ചെയ്തു, അതു കണ്ടു സുന്ദര മൂർത്തി മിഴിച്ചു നിന്നു.

എന്താണിത് ?

എന്റെ ചോദ്യത്തിനു മുന്നിൽ ജാള്യതയോടെ അയാൾ തല കുനിച്ചു നിന്നു.

"ഞങ്ങൾ തലമുറകളായി ജെല്ലികെട്ടു നടത്തുന്ന കുടുംബക്കാർ. എന്നെ വലിയ ജെല്ലികെട്ടുകാരൻ ആക്കണമെന്നായിരുന്നു അപ്പാടെ ആഗ്രഹം ഇന്ത സറീരം അതുക്കു ഫിറ്റ് അല്ലൈ സാർ, അതു എനക്ക് നല്ലാ തെരിയും. അപ്പാവെ രണ്ടു വർഷം മുന്നാടിയെ ഒരു ജെല്ലി കെട്ടുക്കു കാള ചവിട്ടി കൊന്നാച്ചു അതുക്കപ്പുറം അപ്പാ എന്നെ രാത്രിലുങ്കാ വിടലെ, ഒരേ തൊന്തരവു അതിനാലെ വ്യവസായം വിട്ട് ഓടി ഇങ്കു വന്തതെ, ഇവിടെയും വിടമാട്ടെ "

അയാൾ കരഞ്ഞു കൊണ്ടു പറഞ്ഞു നിർത്തി, ഒരു യക്ഷി കഥ കേൾക്കുമ്പോലെ ഞാൻ തരിച്ചിരുന്നു. എന്താണ് പറയേണ്ടത് ! ഇതിനൊരു പരിഹാരം നിർദേശിക്കാൻ ഞാൻ ഒരു മനശാസ്ത്രജ്ഞൻ അല്ല. കഥ കാട്ടു തീ പോലെ കമ്പനിയാകെ പടർന്നു. സുന്ദര മൂർത്തി ജോലിക്കു തീരെ വരാതെ ആയി ഒരു നല്ല സൈക്കർട്ടിസ്റ്റിനെ ഏർപ്പാടാക്കാൻ കമ്പനി ശ്രമിച്ചെങ്കിലും അതിനൊന്നും നിൽക്കാതെ അയാൾ രാജി വെച്ചു നാട്ടിലേയ്ക്കു വിമാനം കയറിപ്പോയി. സുന്ദരമൂർത്തിയുടെ അപ്പാവുടെ കനവു പോലെ എന്നെങ്കിലുമൊരിക്കൽ ഒരു മാട്ടു പൊങ്കൽ ദിനത്തിൽ അയാളൊരു പോരാളി ആയേക്കാം, തിരുച്ചെങ്കോട് കാളയെ മലർത്തിയടിക്കുന്ന ജെല്ലികെട്ടു മാപ്പിള...

ഒരു ചിരി പിന്നെയും ചിരി

ഒരു ചിരി കൊണ്ടു എല്ലാം മറയ്ക്കാൻ കഴിയുമെന്നു അപ്പനാണ് എന്നെ ആദ്യം പറഞ്ഞു പഠിപ്പിച്ചത്. അതു കൊണ്ടു തന്നെ ചിരി എനിക്കൊരു വീക്ക്നെസ് ആയിരുന്നു. ഗൌരവക്കാരനായ എം എസ് സാറിന്റെ ക്ലാസ്സിൽ ഒരു മൊട്ടു സൂചി വീണാലും കേൾക്കാൻ കഴിയാത്ത നിശബ്ദതയിൽക്ളാസ്സ നടക്കുമ്പോഴും മുഖത്ത് ഫിറ്റ ചെയ്ത 70 എം എം ചിരിയുമായി ഞാൻ ഇരിക്കും. ചോദ്യം ചോദിച്ചാൽ ചിരി, ചിരിക്കരുതെന്നു പറഞ്ഞാൽ പൊട്ടിച്ചിരി, അങ്ങനെ ചിരിയടക്കാൻ പാടു പെട്ടു നടന്ന ഒരു ദിവസം സാറ് എന്നെ തിരഞ്ഞു പിടിച്ചൊരു ചോദ്യം ചോദിച്ചു. മത്തായീ നീ എഴെന്നേറ്റ നിന്നു വാക്യത്തിൽ പ്രയോഗിക്കുക "പൊട്ടിച്ചിരിക്കുക " അതിനും ചിരി മാത്രം മറുപടികണ്ടതോടെ സാറിനു അരിയസിളകി കീഴ്ഷോട്ടിറങ്ങി. ക്ലാസിൽ ശരാശരിക്കാരനായ ജോബിയോടായി പിന്നെ സാറിന്റെ ചോദ്യം,

സാറെ അതു ഞാൻ ഇന്നലെ വാങ്ങിയ പാർലെ ബിസ്കറ്റിന്റെ കവർ ഇന്നു നോക്കിയപ്പോൾ "പൊട്ടിച്ചിരിക്കുന്നതായി" കണ്ടു. ക്ലാസ്സിലാകെ കൂട്ടച്ചിരി എം എസ് സർ എന്റെ കാതു പിടിച്ചു ഞെരിച്ചു കേട്ടോടാ നീയ് ഇങ്ങനെ ചിരിച്ചോണ്ടു നടന്നോ പരീക്ഷ വരുമ്പം നിനക്ക് മൊട്ട കണ്ടും ചിരിക്കാം.

അൾത്താര ബാലനായി കുർബാനയ്ക്ക് കൂടുമ്പോൾ ചിരിക്കരുതെന്നു അപ്പൻ പലതവണ വിലക്കിയിട്ടുണ്ട് പക്ഷെ തമിഴ് നാട്ടുകാരനായ അച്ചൻ മലയാളം കുർബാന ചൊല്ലാൻ തുടങ്ങുമ്പോൾ മുതൽ അടക്കാൻ വയ്യാത്ത ചിരിവരും നമ്മുടെ വഴിയെല്ലാം അച്ചനു "വളിയാണ്" അതു കേൾക്കുമ്പോൾ അടക്കി വെച്ചിരിക്കുന്ന ചിരിയെല്ലാം കൂടി പുറത്തേയ്ക്ക് ചാടും പരിശുദ്ധാത്മാവിന്റെ വളി മുതൽ തുടങ്ങുന്ന ചിരി രംഗബോധമില്ലാതെ ആയപ്പോൾ അമ്മച്ചി പലതവണ മുട്ടിന്മേൽ നിർത്തി കുർബാനയ്ക്ക് കൂടുമ്പോൾ ചിരിക്കില്ലന്ന പ്രതിജ്ഞ ചെയ്യിച്ചു.

മീശ മുളച്ചു തുടങ്ങിയ കാലത്തു ഒരു സുന്ദരി ഹൃദയത്തിന്റെ അടിത്തട്ടിൽ ചേക്കേറി, അവളും എന്നും എന്നെ നോക്കി ചിരിക്കും എനിക്കു ചിരി ജന്മസിദ്ധമായതിനാൽ ഞങ്ങളുടെ ചിരികൾ പരസ്പരം പലതവണ കൂ

ട്ടിയുടക്കി, പ്രീ ഡിഗ്രി പാസായി റ്റൈപ്പിനു പോകുന്ന സുന്ദരിക്കോതയുടെ ദർശനം കിട്ടാൻ എന്നും രാവിലെ നേരം പര പരാ വെളുക്കുമ്പോൾ മഞ്ഞും കൊണ്ടു ഞാൻ ഇടനാഴിയിൽ കാത്തു നിൽക്കും. ഒരു നിറഞ്ഞ ചിരി അതു മാത്രം മതി എനിക്കും അവൾക്കും.

മഞ്ഞും മഴയും വെയിലും വന്നിട്ടും പുഞ്ചിരിയിലൂടെ മാത്രം ഞങ്ങൾ ഹൃദയം കൈമാറികൊണ്ടേയിരുന്നു. ചിരികൾ ചരിത്രമാകുമ്പോൾ സ്വന്തം കുട്ടികളോടു പറഞ്ഞു കേൾപ്പിക്കാൻ എന്റെ കൂടെ വരുമോ സുന്ദരിക്കോതെ എന്നു ചോദിക്കണമെന്ന് ഉറപ്പിച്ചു പലതവണ വഴി വക്കിൽ കാത്തു നിന്നു. അവൾ അടുത്തെത്തുമ്പോൾ ചിരിയല്ലാത്തതൊന്നും വരാതെയായി, എന്നാൽ പിന്നെ കത്തെഴുതാം,

വൈകിട്ട് ഉറക്കമിളച്ചിരുന്നു അറിയാവുന്ന പൈങ്കിളി സാഹിത്യം കടലാസിലേയ്ക്ക് ചാലിച്ചു ചാർത്തിയൊരു പ്രേമലേഖനം എഴുതി.

ചിരിച്ചെന്നെ മയക്കിയ മിടുക്കി പെണ്ണേ, ജീവിത കാലം മുഴവൻ നിന്നെ ചിരിപ്പിക്കാൻ ഞാൻ ഒരുക്കമാണ് അതെ, ആകാശം ഭൂമിയെ നോക്കുന്ന പോലെ, കര കടലിനെ നോക്കുന്ന പോലെ, പൌലോസ് അപ്പോസ്തലാൻ കൊറിന്ത്യോസുകാരെ നോക്കിയതു പോലെ നിന്നെ ഞാൻ പൊന്നു പോലെ നോക്കി കൊള്ളാം ഐ ലവ് യു.

ജീവിതത്തിലെ ആദ്യത്തെ കലാസൃഷ്ടിയുമായി മാമരം കോച്ചുന്ന തണുപ്പിനെ വകവെക്കാതെ ഞാൻ പതിവു വഴി വക്കിൽ കാത്തു നിന്നു. ഏലി പുന്നെല്ലു കണ്ടത് പോലെയുള്ള എന്റെ പതിവു ചിരിയിൽ നിന്നും വിഭിന്നമായി എന്റെ കൈയ്യിലെ തുണ്ട് കടലാസും നീട്ടിയുള്ള നിൽപ്പ് കണ്ടു അവൾ ആദ്യമൊന്നു അന്ധാളിച്ചെങ്കിലും മടിച്ചു മടിച്ചവളതു വാങ്ങി. അവൾക്കെന്നോട് പ്രണയമാണെന്ന് എനിക്കറിയാമായിരുന്നു ഞാൻ പറയാതിരുന്നത് കൊണ്ട് മാത്രം പുഷ്പിക്കാതിരുന്ന പ്രണയം, ഇന്നതിൽ മൊട്ടു വന്നിരിക്കുന്നു നാളെ അവൾ മറുപടി തരും. പിന്നങ്ങോട്ട് മരം ചുറ്റി പ്രേമത്തിന്റെ ആരും കാണാത്ത അതി ഭീകരമായ അവസ്ഥാന്തരങ്ങളിലെയ്ക്ക് ഞങ്ങളുടെ പ്രേമം വഴിമാറും ആലോചിച്ചു ആലോചിച്ചു ഉറങ്ങാതെ നേരം വെളുപ്പിച്ചു.

പതിവ് സമയമായി അവൾ നടന്നു വരുന്നത് ഹൃദയമിടിപ്പോടെ നോക്കി ഞാൻ നിൽക്കുകയാണ് അവളുടെ മുഖത്തു ചിരിയില്ല കനത്ത ഗൌരവഭാവം. എന്റെ പതിവ് ചിരി അശ്ച്ചര്യത്തിനു വഴിമാറി. സംഗതി പാളിയോ കത്ത് വായിച്ചോ ഞാൻ അടുക്കെ ചെന്നു പതിയെ ചോദിച്ചു.

എവിടെ മറുപടി ?

മുഖമടച്ചൊരു അടിയായിരുന്നു അവളുടെ മറുപടി, വളയിട്ട കൈകൊണ്ടുള്ള അടിയാണ് ഒരു സുഖമൊക്കെയുണ്ട് എന്നാലും പിന്നെന്തിനാണവൾ ദിവസവും എന്നെ നോക്കി ചിരിച്ചത്. ഹൃദയം പാണ്ടി ലോറി

കയറിയ തവളയെപോലെ ചതഞ്ഞരഞ്ഞു അപ്പന്റെ ചിരി സൗഹൃദങ്ങൾ മാത്രമല്ല തല്ലും വാങ്ങി തരുമെന്ന് പഠിച്ചിരിക്കുന്നു. പിന്നെയൊരിക്കലും കാലത്തെഴുന്നേറ്റില്ല, കോട മഞ്ഞു കൊള്ളാൻ പോയില്ല.

ഇന്നലെ 17 വർഷങ്ങൾക്കു ശേഷം ഞാൻ അവളെ വീണ്ടും കണ്ടു എന്നെ വർഷങ്ങൾക്കു മുൻപ് മോഹിപ്പിച്ച അതെ ചിരിയുമായി, ഞാൻ കവിളിൽ ഒന്നു തലോടി ആദ്യമായും അവസാനമായും തല്ലു കിട്ടിയത് ഇവളിൽ നിന്നാണ്. കയ്യിൽ ഒന്നും താഴെ രണ്ടുമായി മൂന്നു കുഞ്ഞുങ്ങൾ, എനിക്കു ചിരിക്കണം എന്നുണ്ട് പക്ഷെ പഴയ സ്മരണ എന്റെ ചിരിയെ തടുത്തു നിർത്തുന്നു. അവർ കോലം കേട്ടൊരു പരുവമായിരിക്കുന്നു. നോക്കിലും വാക്കിലും ദൈന്യ ഭാവം അന്നെന്നോട് നോ പറഞ്ഞത് വലിയ നഷ്ട്ടമായെന്നആ മുഖം പറയാതെ പറയുന്നു. കൂടുതൽ സംസാരിക്കാൻ നിൽക്കാതെ തിരിഞ്ഞു നടക്കുന്നതിനിടയിൽ അവരുടെ മൂത്ത മകൾ ചോദിക്കുന്നു.

ആരാമ്മേ അത് ?

"വർഷങ്ങൾക്കു മുൻപ് അമ്മ നഷ്ടപെടുത്തിയ ഒരു ചിരിയായിരുന്നു അയാൾ".

കഴിഞ്ഞ പതിനേഴ കൊല്ലം മനസ്സിൽ ഉണങ്ങാതെ കിടന്ന ഒരു മുറിവ് പെരുംപാമ്പിൻ നെയ് പുരട്ടിയ പോലെ കല പോലും അവശേഷിപ്പിക്കാതെ ആ ഒറ്റ വാചകത്തിൽ ഉണങ്ങിയിരിക്കുന്നു. ചിരി വിണ്ടും തിരിച്ചു വന്നു, വൈകിട്ടു കിടക്കും മുൻപ് ഭാര്യയോടാ ചിരിയുടെ കഥ പറഞ്ഞു അവളെന്നെ നോക്കി അങ്കുശമില്ലാതെ ചിരിച്ചു. ഒരു ചിരി പൊട്ടിച്ചിരിയായി കിടക്കറയിലെ ഭിത്തികളിൽ തട്ടി പ്രതിധ്വനിച്ചു കൊണ്ടേയിരുന്നു. ഞങ്ങളിരുവരുമാ ചിരിയിൽ അലിഞ്ഞലിഞ്ഞില്ലാതായി...

അവൾ ജനിക്കുന്നു

ഏറ്റവും വേദനയോടെ വീടു വിട്ടുയിറങ്ങേണ്ടി വന്നതു കല്യാണം കഴിഞ്ഞ ആദ്യത്തെ അവധി കഴിഞ്ഞ സമയത്താണ്. മധു വിധുവിന്റെ ലഹരി അവസാനിക്കും മുൻപേ കണ്ടും മിണ്ടിയും സ്നേഹിച്ചും കൊതി വന്നു തുടങ്ങിയ സമയത്തു തന്നെ കുട്ടും കുടുക്കയും പെറുക്കിയൊരു പ്രവാസം. കുറഞ്ഞതു മൂന്നു മാസമെങ്കിലും വേണം ഓൾടെ വിസയും താമസ സൗകര്യങ്ങളും ഒക്കെ ശരിയാക്കാൻ അതു വരെ ലോകത്തിലെ ഏറ്റവും വലിയ വേദന വിരഹത്തിന്റേതാണ്. എത്ര കേട്ടാലും കണ്ടാലും നിദ്രാ വിഹീനമായ രാവുകളെ സമ്മാനിച്ചു കൊണ്ടേയിരിക്കുന്ന വിരസമായ ഏകാന്തത. പുരുഷൻ പൂർണനാകുന്നത് ഒരു സ്ത്രീയോടു കൂടി ചേരുമ്പോഴാണ്. സ്ത്രീ പൂർണ്ണമാകുന്നതോ ,അതെപ്പോഴെന്നു വഴിയേ പറയാം. മനുഷ്യൻ ഏകനായിരിക്കുന്നതു നന്നെല്ലന്നു കണ്ട ദൈവം ഇരുപത്തി നാലു വാരിയെല്ലിൽ നിന്നും ഏതൊന്നാണോ തിരഞ്ഞെടുത്തത് എന്നതിനനുസരിച്ചിരിക്കും ബന്ധങ്ങളുടെ തീവ്രത.

ചില സ്ത്രീകളെ ട്രൂ റിബ്സിൽ നിന്നും മറ്റു ചിലരെ ഫാൾസ് റിബ്സിൽ നിന്നും എടുത്തു പടച്ചിരിക്കുന്നതു കൊണ്ടാവണം എല്ലാ കൂടി ചേരലുകളും അനുപൂരകമാകാത്തത്. ശരിയായ വാരിയെല്ലിൽ നിന്നാണ് എന്റെ നല്ല പാതിയെ തമ്പുരാൻ പടച്ചു വിട്ടിരിക്കുന്നതെന്നെനിക്കു തോന്നുന്നു. ഒരു മൂന്നാൻ പോലുമില്ലാതെ ഇങ്ങനെയൊരു പെണ്ണിലേയ്ക്കു ഞാൻ എത്തി ചേർന്നില്ലേ അതു തന്നെ വലിയ ഉദാഹരണം. മാത്രവുമല്ല എന്റെ വാരിയെല്ലിൽ ബലവത്തായ ഒന്നെവിടെയോ നഷ്ട്ടപെട്ടിട്ടുണ്ടെന്നു ചെറുപ്പത്തിലേ എനിക്കു തോന്നിയിരുന്നു. മണ്ടിയും മിണ്ടാതെയും പിന്നിലേയ്ക്കു വലിയുന്ന എന്നെ നട്ടെല്ലില്ലാത്തവൻ എന്നു പല തവണ പലരും വിളിച്ചപ്പോഴും എന്റെ നട്ടെല്ലിന്റെ നല്ലൊരു കശേരു ചങ്ങനാശ്ശേരിയിലാണെന്നു ഞാൻ അറിഞ്ഞിരുന്നില്ല.

വിരഹത്തിന്റെ ദിന രാത്രങ്ങൾ അടൂർ ഗോപാലകൃഷ്ണൻ ചിത്രത്തിലെ ഫ്രെയിം പോലെ വേച്ചു വേച്ചു മുന്നേറുമ്പോൾ ദുബായിൽ പൊടി മണൽക്കാറ്റടിച്ചു. മരുഭൂമിയിലെ ഓരോ കാറ്റിനും ഓരോ നിയോഗങ്ങളാണുള്ളത്. ചൂടു കാലം അറിയിച്ചു കൊണ്ടൊരു പൊടിക്കാറ്റ് , ഊത്ത

പ്പഴം പഴക്കാൻ വേറൊരു ഉഷ്ണക്കാറ്റ്. കൊടും ചൂടിൽ നിന്നും എല്ലു മുറി യുന്ന തണുപ്പിലേയ്ക്കു വേറൊരു കാറ്റ്. കാലാവസ്ഥയുടെ ദിശാ സൂചക ങ്ങളായ കാറ്റ് പറയത്തക്ക ഒരു മാറ്റവും ഇല്ലാതിരുന്നിട്ടും മാർച്ച് മാസ ത്തിലെ ആദ്യ ആഴ്ചയുടെ സന്ധ്യയിൽ വീശിയടിച്ചു. അവൾ സംസാരി ക്കുമ്പോൾ കൊടുങ്കാറ്റടിച്ചാൽ പോലും അറിയാത്ത പ്രണയത്തിലായി രുന്ന ഞാൻ ശ്വാസ കോശങ്ങളെ ആവരണം ചെയ്യുന്ന പൊടി മണലി ന്റെ ഗന്ധം അസ്വസ്ഥനാക്കിയതിനാലാണ് കാലം തെറ്റിയടിക്കുന്ന കാ റ്റിനെപ്പറ്റി ആകുലനായത്. ഗ്ലോബൽ വാർമിംഗിന്റെ കാലമാണ് വസന്ത ത്തിൽ വർഷവും ശിശിരവും തല കിഴക്കനെ വരുന്ന കലികാലം.

പിറ്റേന്നുണർന്നതൊരു മണിയടി ശബ്ദം കേട്ടാണ് , മൊബൈൽ അസാധാരണ സമയത്തു അസാധരണമായ രീതിയിൽ കിണി കിണി ശബ്ദം മുഴക്കുന്നു. നാട്ടിൽ നിന്നും അവളാണ് ആകാംഷയോടെ ചെവി ചേർത്തു വെച്ചു. മുൻപില്ലാത്ത നിശബ്ദത , എങ്ങനെ തുടങ്ങണം എവിടെ തുടങ്ങണം എന്നവൾക്കൊരു വൈക്ലബ്യം ഉള്ളതു പോലെ ,

കൊച്ചേ... ഞാൻ നീട്ടി വിളിച്ചു.

യെസ് പപ്പാ ഐ ആം ഹിയർ !!!!!

പെട്ടെന്നെനിക്കു കത്തിയില്ല , ഒരിക്കൽ കൂടി അവൾ ആ വാചക ങ്ങൾ ആവർത്തിച്ചു

കോന്തകുറുപ്പാ... നിങ്ങളൊരു തന്തയാകാൻ പോകുന്നു !

ജീവിതത്തിൽ ഇന്നു വരെ കേട്ടതിൽ വെച്ചേറ്റവും മംഗളമായ വാർ ത്തയിൽ എന്റെ കർണ്ണ പുടങ്ങൾ ത്രസിക്കുന്നു. ചന്ദ്രൻ പോകാത്ത ആകാശ നീലിമയിൽ ഞാനും ഒഴുകുകയാണെന്നു എനിക്കു തോന്നി.

മണകൊണാഞ്ചാ എന്നു വിളിച്ചെന്നെ കളിയാക്കിയവരുടെ ഇടയി ലൂടെ മാറു വിരിച്ചെനിക്കു നടക്കണം.

കന്നി മത്സരത്തിൽ സെഞ്ചുറി അടിച്ച സൗരവ് ഗാംഗുലിയുടെ ഉശി രാണെനിക്കിപ്പോൾ.

ആദ്യത്തെ മൂന്നു മാസം കഴിയാതെ ആരോടും പറയരുത് ! അവൾ കർശനമായി വിലക്കി ,

രഹസ്യം സൂക്ഷിക്കുകയെന്നത് വേമ്പനാട്ടു കായലിൽ ചാടി ചാകു ന്നതിനു തുല്യമാണ് എങ്കിലും സ്വന്തം കാര്യം വരുമ്പോൾ ചില്ലറ കരുതൽ നല്ലതാണെന്നു എനിക്കും തോന്നി. എത്ര വേഗമാണ് ഒന്നിൽ നിന്നും രണ്ടും മൂന്നും ആകാൻ പോകുന്നത് ഒൻപതു മാസം കഴിയുമ്പോൾ അച്ചാ ച്ചാ എന്നു വിളിക്കാൻ ഈ ലോകത്തു സ്വന്തമായി ഒരാൾക്കൂടി..

സ്ത്രീ പൂർണയാകുന്നത് എപ്പോഴെന്ന ചോദ്യത്തിനു കുറച്ചു മുൻപു നമ്മളൊരർദ്ധ വിരാമമിട്ടു നിർത്തിയില്ലേ ? അവൾ ഗർഭം ധരിക്കുമ്പോൾ , കുഞ്ഞിനെ പ്രസവിക്കുമ്പോൾ , മാതൃത്വം ചുരത്തുമ്പോൾ അങ്ങനെ ഒരു

പൂവ് വിടർന്ന പരിമളം പരത്തും പോലെ അവളെങ്ങനെ ജന്മസാഫല്യം നേടുകയാണ്.

ആദ്യ പ്രസവമാണ് അമ്മമാരുടെ സാമീപ്യത്തിൽ വേണം ,എനിക്കിനിയും കാത്തിരുന്നേ മതിയാകൂ. ഗർഭ കാലം വ്യക്ഷണകളുടെ കാലമാണ് ,പുളിമാങ്ങ ,മസാല ദോശ , ബിരിയാണി എന്നു വേണ്ട കൊതി തോന്നുന്നതെല്ലാം അവൾക്കു വാങ്ങി കൊടുക്കണം പക്ഷെ ഏഴു കടലുകൾക്കപ്പുറം രണ്ടു കരയിൽ ഞങ്ങളിങ്ങനെ.

വേണ്ട ചേട്ടാ ഇപ്പോൾ വരണ്ട , എനിക്കിപ്പോൾ ഒരു മണവും പിടിക്കുന്നില്ല , പോരാത്തതിനു മനം പിരട്ടലും ഛർദ്ദിയും, ചേട്ടൻ അവിടെ തന്നെ നിന്നാൽ മതി പ്രസവം അടുക്കുമ്പോൾ എന്റെ അടുത്തു വന്നാൽ മതി.

പ്രകൃതിയുടെ ചില വിളികൾക്കു പ്രവാസം വിഘ്നമാണ്. ഗർഭ കാലത്തു വയറ്റിൽ വളരുന്ന കുഞ്ഞിന്റെ അച്ഛന്റെ സാമീപ്യം കൊതിക്കുന്നവരാണ് എല്ലാ സ്ത്രീകളും. അവളൊരു വാക്ക് ഉറപ്പിച്ചു മൂളിയാൽ ജോലി തന്നെ ഉപേക്ഷിച്ചു ഞാൻ കൂടെ ഉണ്ടാവുമെന്നവൾക്കറിയാം എന്നിട്ടും അവൾ വിലക്കുന്നു. ജോലി കളയണ്ട ഇനി ഇങ്ങനെ ഒന്നു കിട്ടുക ശ്രമകരമാണ്.

ഈറ്റു നോവു തുടങ്ങും മുൻപെനിക്കങ്ങു എത്തണം ,പ്രസവ മുറിയുടെ ഇടനാഴിയിലൂടെ വെരുകിനെപ്പോലെ ഓടി നടക്കണം. കുട്ടി അവളുടെ ഉദരത്തിലാണെങ്കിലും കലപില മുഴങ്ങുന്നതെന്റെ തലച്ചോറിനുള്ളിലാണു.

ഏതു സമയവും നാട്ടിൽ പോകാൻ കഴിയും എന്നതാണെന്റെ ബലവും ബലഹീനതയും. പ്രസവ സമയം അടുത്തു വരുന്നു എനിക്കു പോയെ മതിയാകൂ.

അജീഷ് എനിക്കു നിങ്ങളുടെ മാനസികാവസ്ഥ മനസ്സിലാക്കാൻ കഴിയുന്നു പക്ഷെ ഒരു പത്തു ദിവസം നീയിവിടെ ഉണ്ടാവണം. സ്പെയിനിൽ നിന്നും വരുന്ന പോർസിലിനിൽ നിന്റെ പേരാണ്. അതേറ്റു വാങ്ങാൻ നീയിവിടെ ഉണ്ടായേ തീരൂ. ഒരു മാസം മുൻപേ എത്തേണ്ട ഷിപ്പ്മെന്റാണ് കാറ്റലോണിയ പ്രക്ഷോഭത്തിൽ കുടുങ്ങിപ്പോയി. ജീവിതം എന്നോടൊരു തീരുമാനം എടുക്കാൻ ആവശ്യപ്പെടുന്നു പിള്ള കച്ചയിൽ പൊതിഞ്ഞാദ്യത്തെ കടിഞ്ഞൂലിനെ ഏറ്റു വാങ്ങണോ സ്പെയിനിൽ നിന്നും വരുന്ന ഷിപ്പ്മെന്റ് ഒപ്പിട്ടു വാങ്ങണോ ?

പോർട്ട് ഖാലിദിലെ ക്ലീയറൻസ് ഓഫീസിൽ ഇരിക്കുമ്പോൾ പതിവില്ലാത്ത വിധം ഒരു തളർച്ച എനിക്കനുഭവപ്പെട്ടു. എല്ലു മുറിക്കുന്ന തണുപ്പിലും ശീതികരണി അതിന്റെ പരമാവധി തണുപ്പിനെ പുറത്തേക്കു വമിപ്പിക്കുന്നു. ഞാൻ മെല്ലെ പുറത്തേക്കിറങ്ങി പുറത്തെ കോൺക്രീറ്റ് ബെ

ഞ്ചിൽ ഇരുന്നു. അകലെ ക്രീക്കിനഭിമുഖമായി നിർത്തിയിട്ട നൗകയിലേക്കെന്നവണ്ണം ദേശാടനക്കിളികൾ ചലപില ശബ്ദമുണ്ടാക്കി പറക്കുന്നു. എന്റെ പെരു വിരലിൽ നിന്നൊരു വിറയൽ ചുഴലിക്കാറ്റു പോലെ ഉരുണ്ടു മോളോട്ടു കയറുന്നു. വല്ല ഹൃദയ സ്തംഭനവുമാണോ ! ഇങ്ങനെയൊരു അനുഭൂതി നടാടെയാണ്.

സർ ,നിങ്ങളുടെ ഷിപ്പ്മെന്റ് ക്ലിയർ ആയിട്ടുണ്ട് ! ഏജന്റ് കാണിച്ച പേപ്പറിൽ ഒപ്പിട്ടു കാറിൽ കയറി ഇരിക്കുമ്പോൾ ഫോൺ ചിലച്ചു.

മോളാണ് ,സമയം 3. 15 !!! നാട്ടിൽ നിന്നും അമ്മായി അപ്പന്റെ സ്വരം ഒരു നനുത്ത തൂവൽ സ്പർശം പോലെ ഹൃദയത്തിലേയ്ക്കു ഒഴുകിയിറങ്ങി. എനിക്കു സ്വന്തമായി ഈ ഭൂലോകത്തേയ്ക്കൊരാൾ കൂടി പിറന്നു വീണിരിക്കുന്നു. ഹൃദയം വലിയ തപ്പു കൊണ്ടിക്കൊണ്ടു ഭാംഗ്റ മേളം മുഴക്കുന്നു ,ഞാൻ വാച്ചിലേയ്ക്കു നോക്കി എനിക്ക് അനുഭവപ്പെട്ട വിറയൽ ഒരു ടെലിപ്പതി ആയിരുന്നു. അവൾ ഭൂജാതയായ അതേ നിമിഷമാണ് ചുഴലി പോലാ വിറയൽ എന്നിലൂടെ കടന്നു പോയത് ,എന്റെ സർവ്വ രോമകൂപങ്ങളും ത്രസിച്ചിരിക്കുന്നു.

പരസ്പരം ബന്ധിതമായ ഹൃദയങ്ങൾക്കു സകല ദൂരങ്ങളെയും മറികടക്കാൻ സാധിക്കും. അവൾ പിറന്ന നിമിഷം ഞാനനുഭവിച്ച അനുഭൂതിയെ എന്തു പേരിട്ടാണ് വിളിക്കേണ്ടത് തോന്നലെന്നോ ടെലിപ്പതിയെന്നോ? വിമാനം പറന്നിറങ്ങുന്ന നിമിഷം വരെ ആ ഓർമ്മയുടെ ലഹരിയിലായിരുന്നു ഞാൻ. ആദ്യമായി കൈയ്യിലെടുത്തപ്പോൾ അവളെന്നെ നോക്കി പല്ലില്ലാത്ത മോണ കാട്ടി അങ്കുശമില്ലാതെ ചിരിച്ചു. മരുഭൂമി നമ്മളെ കാത്തിരിക്കുന്നുണ്ട് മകളെ നമുക്കങ്ങോട്ടു പോയെ മതിയാകൂ...

ലിപ്ടൺ

ലിപ്ടൺ ലിപ്ടൺ സുഡാനി മുല്ലാ വിളിച്ചു കൂവി ഓടുന്നതു കണ്ടാണ് ഞാൻ ഓഫീസിൽ നിന്നും താഴേയ്ക്കു ഇറങ്ങിയത്. കുറച്ചപ്പുറം ആര്യവേപ്പിന്റെ ബലമുള്ള കമ്പിൽ ഒരാൾ തൂങ്ങിയാടുന്നു. അടുത്തു ചെന്നാ മുഖം സൂക്ഷിച്ചു നോക്കി ആനന്ദ് ! എന്തവിവേകമാണിവൻ കാണിച്ചിരിക്കുന്നത് ? എന്തായിരിക്കാം ഒരു മരക്കൊമ്പിൽ ജീവിതം അവസാനിപ്പിക്കാം എന്നിവനെക്കൊണ്ടു ചിന്തിപ്പിക്കാൻ ഉണ്ടായ കാരണം ! കൂടി നിന്നവർ അപസർപ്പക കഥകൾ മെനഞ്ഞു തുടങ്ങും മുന്നേ ഞാൻ അവിടെ നിന്നും പതിയെ പിന്നിലേയ്ക്കു വലിഞ്ഞു. ദുർമരണങ്ങൾ കാണുന്നത് പണ്ടേ പേടിയാണ് അറിയാതെ വന്നു കണ്ടു പോയതാണ് ഇനി ഒരാഴ്ച ഈ മുഖമിങ്ങനെ മനസ്സിനെ മദിച്ചു കൊണ്ടേയിരിക്കും.

തിരികെ ഓഫീസിൽ എത്തുമ്പോൾ മനസ്സ് പലവിധ ചിന്തകളാൽ അസ്വസ്ഥമായിരുന്നു. എന്തിനായിരിക്കും ആനന്ദ് ജീവിതം ഉപേക്ഷിക്കാൻ തീരുമാനിച്ചത് ? ഞാൻ അറിഞ്ഞിടത്തോളം ആനന്ദ് മാന്യനും സൽ സ്വാഭാവിയുമാണ്. കഴിഞ്ഞ അഞ്ചു കൊല്ലമായി മിക്കവാറും ദിവസങ്ങളിൽ അയാളെ കാണാറുണ്ട് അത്യാവശ്യം കുശലാന്വേഷണങ്ങൾ നടത്താറുമുണ്ട് അന്നൊന്നും അയാൾ എന്തെങ്കിലും വലിയ പ്രശ്നമുള്ള ആളാണെന്നു തോന്നിയിട്ടുമില്ല. എന്നിട്ടും എന്തിനായിരിക്കും അയാൾ ഈ കടും കൈ ചെയ്തത് !

മനസ്സുകൾ എങ്ങനെയൊക്കെയാണ് ചിന്തിക്കുന്നതെന്നു ആർക്കറിയാം ! ഒരു നിമിഷത്തെ തോന്നലിനെ അതിജീവിക്കാൻ കഴിയാതെ എത്ര പേർ ! അവരിൽ ഒരാളായി ആനന്ദും.

പ്രേമ നൈരാശ്യം മുതൽ കമ്പനിയിൽ നിന്നും പിരിച്ചു വിടാൻ നോട്ടീസ് കിട്ടിയതിലുള്ള മനോവിഷമം വരെ നൂറായിരം കഥകൾ ആനന്ദിന്റെ മരണത്തെ ചുറ്റിപറ്റി കിംവദന്തികൾ പരന്നു. കമ്പനിയിലെ തന്നെ ആരോ കൊന്നു കെട്ടിത്തൂക്കിയതാകാമെന്ന സംശയം പോസ്റ്റു മോർട്ടം നടപടികളെ വൈകിപ്പിച്ചു. തൂങ്ങി മരണമെന്ന സ്ഥിരീകരണത്തോടെ പോസ്റ്റ് മോർട്ടം റിപ്പോർട്ട് എത്തി. ബോഡി എംബാം ചെയ്തു നാട്ടിലേയ്ക്കു അയയ്ക്കും മുന്നേ ഒരു തവണ കൂടി ഞാൻ അയാളെ കാണാൻ പോയി.

പതിവു പുഞ്ചിരിയോടെ ഒന്നും സംഭവിക്കാത്തവനെപ്പോലെ അയാൾ ഉറങ്ങുന്നു എന്നാണ് എനിക്കു തോന്നിയത്.

മൃതപേടകത്തെ അനുഗമിക്കുന്നത് ആനന്ദിന്റെ സ്വന്തം ചേട്ടനാണ് ,അയാളെ മാറ്റി നിർത്തി ആനന്ദ് ഈ കടുംകൈ ചെയ്യതിനുള്ള കാരണം ഞാൻ അന്വേഷിച്ചു. അയാൾക്കും അജ്ഞാതമായിരുന്നു ആ കാരണം മരിക്കുന്നതിനു അരമണിക്കൂർ മുൻപു പോലും തന്നോടു സന്തോഷവാനായി സംസാരിച്ചവൻ എന്നു പറഞ്ഞയാൾ തേങ്ങി. വീട്ടിൽ കാത്തിരിക്കുന്നവരോട് എന്തു സമാധാനം പറയും എന്നതായിരുന്നു അയാളുടെ വ്യാകുലത. ആനന്ദിനെയും വഹിച്ചു കൊണ്ടുള്ള വിമാനം ഉയർന്നു പൊന്തും വരെ ഞാനാ പുൽത്തകിടിയിൽ ഇരുന്നു അവനോടൊത്തുണ്ടായിരുന്ന നിമിഷങ്ങളെയോർത്തു.

ആനന്ദ് മരിച്ചു ഒരു മാസം തികയും മുന്നേ ഓഫീസ് സെക്രട്ടറിയായിരുന്ന ഫിലിപൈൻകാരി ജോവാൻ രാജിക്കപേക്ഷിച്ചു. അസമയത്തു ജോലി ഉപേക്ഷിച്ചു മടങ്ങുന്നതിനുള്ള കാരണം ചികഞ്ഞ എച് ആറിനു മുന്നിലവൾ പൊട്ടിക്കരഞ്ഞു. ഒരു മാസം മുൻപു ആത്മഹത്യ ചെയ്ത ആനന്ദിന്റെ ജീവൻ അവളുടെ ഉള്ളിൽ വളരുന്നുണ്ടത്രേ. അതറിഞ്ഞ പകലിലാണ് ആനന്ദ് ഒരു ഭീരുവിനെ പോലെ ഒരു മുഴം കയറിൽ ജീവനൊടുക്കിയത്.

ജോവാൻ നാട്ടിലേയ്ക്കു മടങ്ങും മുൻപു ആനന്ദ് ജീവിതം അവസാനിപ്പിച്ച ആര്യ വേപ്പു മരത്തിനു കീഴെ വന്നു ഇത്തിരി നേരമിരുന്നു. കടുത്ത ചൂടിലും തണുത്ത കാറ്റവളെ തഴുകി കടന്നു പോയി. വിമാനം ഫിലിപ്പീൻസിൽ എത്തും വരെ മാത്രമാണ് തന്റെ ഉള്ളിൽ വളരുന്ന ഭീരുവിന്റെ ജീവനു ആയുസ്സുണ്ടാവുമെന്നവൾ ഉറപ്പിച്ചു. പഴുത്തു കിടന്ന മരുഭൂമി പെട്ടന്നു തണുത്തു. രണ്ടു ജീവനുകളുമായി വിമാനം പറന്നുയരുവോളം മരുഭൂമിക്കൊരേ തണുപ്പായിരുന്നു. ആനന്ദിന്റെ മൃതദേഹം ആര്യവേപ്പിൽ നിന്നും ഇറക്കിയപ്പോൾ ശരീരത്തിനുണ്ടായിരുന്ന അതേ തണുപ്പ്...